English-Swahili Dictionary

Swahili-English

first edition 2012

ISBN is 1478369469 and
ISBN-13:978-1478369462

by A.H. Zemback

Contents

Subject	English	swahili
month	January	mwezi wa kwanza
month	February	mwezi wa pili
month	March	mwezi wa tatu
month	April	mwezi wa nne
month	May	mwezi wa tano
month	June	mwezi wa sita
month	July	mwezi wa saba
month	August	mwezi wa nane
month	September	mwezi wa tisa
month	October	mwezi wa kumi
month	November	mwezi wa kumi na moja
month	December	mwezi wa kumi na mbili
day of week	Sunday	siku ya mungu (Jumapili)
day of week	Monday	siku ya kwanza (Jamatatu)
day of week	Tuesday	siku ya pili (Jumanne)
day of week	Wednesday	siku ya tatu (Jumatano)
day of week	Thursday	siku ya ine (Alhamisi)
day of week	Friday	siku ya tano (Ijumaa)
day of week	Saturday	siku ya sita (Jumamosi)
numbers	0 (zero)	sifuri
numbers	1 one	moja
numbers	2 two	mbili
numbers	3 three	tatu
numbers	4 four	nne
numbers	5 five	tano
numbers	6 six	sita
numbers	7 seven	saba
numbers	8 eight	nane
numbers	9 nine	tisa (kenda)
numbers	10 ten	kumi
numbers	11 eleven	kumi na moja
numbers	12 twelve	kumi na mbili
numbers	13 thirteen	kumi na tatu
numbers	14 fourteen	kumi na nne
numbers	15 fifteen	kumi na tano
numbers	16 sixteen	kumi na sita
numbers	17 seventeen	kumi na saba
numbers	18 eighteen	kumi na nane
numbers	19 nineteen	kumi na tisa

Subject	English	swahili
numbers	20 twenty	makumi mbili (ishirini)
numbers	21 twenty-one	ishirini na moja
numbers	30 thirty	makumi tatu (thelathini)
numbers	31 thirty-one	thelathini na moja
numbers	40 forty	makumi ine (arobaini)
numbers	50 fifty	makumi tano (hamsini)
numbers	60 sixty	makumi sita (sitini)
numbers	70 seventy	makumi saba (sabini)
numbers	71 seventy-one	sabini na moja
numbers	72 seventy-two	sabini na mbili
numbers	73 seventy-three	sabini na tatu
numbers	74 seventy-four	sabini na nne
numbers	75 seventy-five	sabini na tano
numbers	76 seventy-six	sabini na sita
numbers	77 seventy-seven	sabini na saba
numbers	78 seventy-eight	sabini na nane
numbers	79 seventy-nine	sabini na kenda
numbers	80 eighty	makumi nane (themanini)
numbers	81 eighty-one	themanini na moja
numbers	82 eighty-two	themanini na mbili
numbers	90 ninety	makumi tisa (tisini)
numbers	91 ninety-one	tisini na moja
numbers	92 ninety-two	tisini na mbili
numbers	100 one hundred	mia moja
numbers	200 two hundred	mia mbili
numbers	300 three hundred	mia tatu
numbers	400 four hundred	mia nne
numbers	500 five hundred	mia tano
numbers	600 six hundred	mia sita
numbers	700 seven hundred	mia saba
numbers	800 eight hundred	mia nane
numbers	900 nine hundred	mia kenda
numbers	1000 one thousand	elfu
numbers	1500 one thousand five hundred	elfu moja mia tano
numbers	2000 two thousand	elfu mbili
numbers	2500 two thousand five hundred	elfu mbili mia tano
numbers	5000 five thousand	elfu tano
time	When is the meeting?	Mkutano ni saa gapi?
time	What time does this plane leave?	Ndege hili litaondoka saa ngapi?
time	What time is it?	Ni saa ngapi?
time	At what time?	Saa ngapi?
time	At 8p.m. (this evening)	Saa mbili usiku.

Subject	English	swahili
time	At noon.	Saa sita mchana.
time	It is 9 a.m.	Ni saa tatu asubuhi.
time	It is 2:30 p.m.	Ni saa nane na nusu mchana.
time	It is 7:15 a.m.	Ni saa moja na robo asubuhi.
time	It is 10:45 a.m.	Ni saa tano kasarobo.
time	today	leo
time	tomorrow	kesho
time	yesterday	jana
time	soon	karibu
time	now	sasa
time	morning	asubuhi
time	afternoon	alasiri
time	evening	jioni
time	night	usiku
time	last week	juma jana
time	this week	wiki hii
time	next week	juma kesho
time	last year	mwaka jana
time	this year	mwaka huu
time	next year	mwaka kesho
greeting	Good morning.	Subalkheri.
greeting	Good afternoon.	Habari za mchana.
greeting	Sweet dreams.	Lala salama.
greeting	Good night.	Usiku mwema.
greeting	Hello! (when it has been a while)	Jambo! or Habari!
greeting	Hello to you.	Jambo sana.
greeting	madam	bibi
greeting	sir	bwana
greeting	How are you?	Hujambo? (singular); Hamjambo? (plural
greeting	How are you? ("news what?")	Habari gani?
greeting	All is well.	Habari nzuri.
greeting	I am fine.	Sijambo.
greeting	We are fine.	Hatujambo.
greeting	How are you doing?	Tutafanya nini?
greeting	What's up?	Vipi?
greeting	I'm fine.	Sijambo.
greeting	Please.	Tafadhali.
greeting	Thank you.	Asante.
greeting	Thank you very much.	Asante shida.
greeting	Good evening.	Masalkheri.
greeting	See you tomorrow.	Tutaonana kesho.

Subject	English	swahili
greeting	See you next time/soon.	Tutaonana.
greeting	Good bye.	Kwa heri. (singular); Kwa herini. (plural)
greeting	yes	ndiyo
greeting	no	hapana
greeting	Not at all!	Hata kidogo!
greeting	What is your name?	Jina lako nani?
greeting	My name is...	Jina langu ni...
greeting	Nice to meet you.	Nafurahi kukufahamu.
greeting	Is anyone home?	Hodi?
greeting	Welcome.	Ingia.
greeting	Come on in!	Karibu! (singular); Karibuni! (plural)
greeting	Feel at home.	Starehe.
greeting	Please sit down.	Tafadhali, unataka kukaa.
greeting	Would you like a fanta; cold or warm?	Unataka fanta; baridi au ya joto?
greeting	The restroom is over there.	Ni choo kiko iko hapo.
greeting	I'm pleased to meet you.	Nafurahi kukufahamu.
greeting	Have a good day.	Muchana muzuli.
greeting	Have a good evening.	Magalibi mzuli.
greeting	Have a good night.	Usiku muzuli.
greeting	Have a good trip.	Safari njema.
greeting	Excuse me.	Samahani.
conversation	What is your profession?	Unafanya kazi gani?
conversation	How is your family?	Habari za nyumbani?
conversation	No problem.	Hamna shida.
conversation	I work for (at)...	Nafanya kazi kwenye...
conversation	I speak a little Swahili.	Nasema kidogo Kiswahili.
conversation	I'm trying.	Ninajaribu.
	Do you understand?	Unasikia?
conversation	I don't understand.	Sielewi.
conversation	I understand.	Naelewa.
conversation	I don't know.	Sikujua.
conversation	I know.	Ninajua.
conversation	Sorry. (pity)	Pole.
conversation	Sorry. (sympathy)	Pole na msiba wako.
conversation	Me, too.	Mimi pia.
conversation	Are you married?	Umeoa? (male); Umeolewa (female)
conversation	I am married.	Nimeoa. (male); Nimeolewa. (female)
conversation	I am single.	Mima sina mpenzi.

Subject	English	swahili
conversation	Do you have children?	Una watoto?
at the hotel	I want a room with two beds for one night.	Nataka chumba kwa vitanda viwili kwa moja siku.
at the hotel	How much is the room for one night?	Ni bei gani kwa siku?
at the hotel	Does the cost of the room include breakfast?	Inazingati chakula cha asubuhi.
at the hotel	Is there an internet cafe nearby?	Intanet Kafe iko wapi?
at the market	I am going to the grocery store.	Naenda duka lenye vitu mbalimbali.
at the market	I am looking for...	Nataka...
at the market	Do you have...	Una...
at the market	How much does this cost?	Ni bei gani?
at the market	That is too expensive (service)	Ni ghali mno.
at the market	I will not pay that much.	Punguza bei, tafadhali.
at the market	I don't have money.	Sina hela.
at the market	I want 2 kilos of...	Nataka kilo mbili...
at the market	Where can I buy fabric?	Naweza kununua nguo wapi?
at the market	I need a mosquito net.	Naomba chandarua afadhali.
at the market	I want this.	Nataka hicho.
drinks	drink (pl. drinks)	kinyweo (pl. vinyweo)
drinks	drinking milk	maziwa
drinks	water	maji
drinks	cold water	maji ya baridi
drinks	beer	bia (pombe: local beer)
drinks	tea	chai
drinks	coffee	kahawa
drinks	fruit juice	maji ya matunda
food	food	maakuli mema
food	fruit	tunda (pl. matunda)
food	vegetable	mgoba
food	avocado	embe mafuta
food	banana	ndizi
food	bean	haragwe (pl. maharagwe)
food	bread	mkate (pl. mikate)
food	butter	siagi
food	cabbage	kabichi
food	carrot	karoti
food	cassava	muhogo (pl. mihogo)
food	chicken	kinda la kuku
food	clove	karafuu
food	corn	mhindi (pl. mihindi)
food	egg	yai (pl. mayai)

Subject	English	swahili
food	fish	samaki
food	garlic	kitunguu saumu
food	goat	mbuzi
food	hot chili	pilipili
food	meat	nyama
food	onion	kitunguu (pl. vitunguu)
food	passionfruit	pasheni
food	pea, peas	mbaazi (pl. mibaazi)
food	pineapple	nanasi (pl. mananasi)
food	potato	kiazi (pl. viazi)
food	sweet potato	viazi vitamu
food	pumpkin	boga
food	rice	mchele (pl. michele)
food	salt	chumvi
food	sheep	kondoo
food	sorghum	mtami (pl. mitami)
food	soup	mchuzi (pl. michuzi)
food	spinach	mchicha
food	sugar	sukari
food	tomato	nyanya
restaurant	I do not want the smoking section!	Sitaka eneo kwa kuvuta sigara!
restaurant	Is the internet available here?	Naombo kutimia intaneti?
restaurant	We need a table for four.	Nataka kuhfadhi meza kwa wanne.
restaurant	How long will the wait be?	Inabidi kusubiri kwa muda gani?
restaurant	Where is the restroom?	Vyoo viko wapi?
restaurant	May I have a menu?	Nataka menyu?
restaurant	I would like a cold fanta.	Nipi fanta ya baridi.
restaurant	I would like a bottle of water.	Nipi kwenye chupa maji.
restaurant	I would like rice, beans and goat meat.	Nipi wali, maharagwe, na nyama mbuzi.
restaurant	What does this mean in english?	Neno hii lina maana gani kwa Kiingereza?
restaurant	Enjoy your meal!	Karibu chakula!
restaurant	The food is good.	Chakula kitamu sana.
restaurant	Can we have the bill?	Naomba risiti afadhali?
restaurant	Are you thirsty?	Unasikia kiu?
restaurant	I am not thirsty.	Sisikii kiu.
restaurant	I am thirsty.	Nasikia kiu.
restaurant	Are you hungry?	Unasikia njaa?
restaurant	I am not hungry.	Sisikii njaa.
restaurant	I am full.	Nimeshiba.
restaurant	I am hungry.	Nina njaa.

Subject	English	swahili
restaurant	I would like more...	Nataka zaidi...
restaurant	a little, slowly	kidogo tu
restaurant	a lot	kingi
restaurant	I would like cold tea.	Nataka chai ya baridi.
restaurant	I would like hot tea.	Nataka chai ya moto.
money	money	pesa
money	Where is the currency exchange?	Foreks Iko wapi?
money	I would like to exchange money.	Nataka kubadilisha hela.
money	Where is the bank?	Banki iko wapi?
people	man	mwanamume
people	woman	mwanamke
people	girl	msichana
people	boy	mvulana
people	I would like to introduce...	Huyu ni...
people	my friend	rafiki yangu
people	family	familia
people	my mama	mamangu
people	your mother	mamako
people	his/her mother	mamake
people	my papa	babangu
people	your father	babako
people	his/her father	babake
people	my wife	mke wangu
people	my husband	mume wangu
people	sister	dada
people	brother	ndugu
people	my child	mwana wangu
people	my children	wana wangu
people	your child	mwana wako
people	his/her child	mwana wake
expressions	What did he say?	Alisema nini?
expressions	Why?	Kwa nini?
expressions	Who?	Nani?
expressions	When?	Wakati gani?
expressions	What is this?	Hapa ni gani?
expressions	Where is...?	...iko wapi?
expressions	but	lakini
expressions	or	au
expressions	both	vyote viwili
expressions	because	kwani
expressions	very	kabisa
expressions	and	na

10

Subject	English	swahili
expressions	also	pia
expressions	always	daima
expressions	never	kamwe
expressions	I am...	Mimi...
expressions	I want...	Nataka...
expressions	I do not want..	Sitaka...
expressions	I need...	Nahitaji...
expressions	I have...	Nina...
expressions	I don't have...	Sina...
expressions	I like...	Ninapenda...
expressions	I do not like...	Sipendi...
expressions	It is true!	Kweli!
expressions	Where is the bathroom?	Choo kiko wapi?
expressions	Bless you.	Heri zote.
expressions	It is good.	Nzuri kabisa.
expressions	What are you saying?	Uko nasema nini?
expressions	Talk slowly please.	Tafadhali, sema pole pole.
expressions	What are you doing?	Unafanya nini?
expressions	Who are you looking for?	Unatafuta nini?
expressions	No one.	Hapana mtu.
expressions	This is difficult.	Ni viguma.
expressions	This is easy.	Ni rahisi.
expressions	I love...	Napenda...
expressions	I am tired.	Nasikia hafifu.
expressions	I am happy.	Nasikia furaha.
expressions	Are you happy?	Unasikia furaha?
expressions	Happy birthday.	Heri za siku kuu ya kuzaliwa.
Getting there	Where can I find a taxi?	Nataka tekse?
Getting there	Where can I find a bus?	Matatu iko wapi?
Getting there	I do not want to ride a motorcycle.	Sitaka kukaa pikipiki yako.
Getting there	Does this bus go to...?	Hii hi basi kwenda...?
Getting there	When is the next bus to...?	Basi ijayo itaondoka lini...?
Getting there	How much is the fare to...?	Ni bei gani...?
Getting there	Where is this bus going?	Basi itaenda iko wapi?
Getting there	I need a map of...	Nataka ramani kwa...
Getting there	I want to go to this address...	Tafadhali niendeshe mpaka anwani hii...
Getting there	Where are you going?	Unakwenda wapi?
Getting there	Where are you coming from?	Umetoka wapi?
Getting there	Where do you live?	Unatoka wapi?
Getting there	I live... (I am from)	Natoka...
Getting there	I want to go.	Nataka kwenda.

Subject	English	swahili
Getting there	Where is...?	...iko wapi?
Getting there	Is it close?	Ni karibu?
Getting there	Is it far?	Ni mbali?
Getting there	Go straight.	Moja kwa moja.
Getting there	Left.	Kushoto.
Getting there	Right.	Kulia.
Getting there	It is there.	Iko hapo.
Getting there	Stop!	Basi!
Getting there	Wait!	Suburi hapa!
Getting there	I am lost.	Nimejipotea.
Getting there	Where can I buy a bicycle?	Nataka kukodisha baisikeli.
Getting there	Where can I rent a car?	Naweza kukondi gari wapi?
Getting there	I want to go to the airport.	Nataka kwenda kwenye uwanja wa ndege.
Getting there	I am going to...	Naenda...
tourism	Where is the travel agency?	Uwakala wa safari kiko wapi?
tourism	I want to go to...	Nataka kwenda...
tourism	I would like a guide who speaks english.	Nahitaji kiongozi anayesema Kiingereza.
tourism	How do I get there?	Nifikaje?
tourism	Do you have information on...	Mna maarifa kuhusu...
tourism	How much does it cost to see...	Ni bei gani kwenda...
tourism	Is there a guided tour...?	Kuna safari kwa miguu kwenye viongozi...?
tourism	Please stop the car, I want to take a picture.	Tafadhali simama hapa, nataka nikipiga picha.
medical phrases	I am sick.	Mimi ni mgonjwa.
medical phrases	I need a nurse right away.	Nahitaji mwuguzi sasa.
medical phrases	Take me to the hospital.	Niendeshe mpaka hospitali.
medical phrases	I've got a headache.	Nina maumiva ya kichwa.
medical phrases	I've have a stomach ache.	Tumbo yangu inauma.
medical phrases	Here is a prescription for my medicine.	Nina agizo la daktari.
medical phrases	I want something to treat diarrhea.	Nahitaji dawa kwa kuhara.
medical phrases	Where is the pharmacy?	Duka la madawa hapo karibuni iko wapi?
medical phrases	Do you have any cipro?	Mna cipro?
medical phrases	Can you stop the bus, I think I need to vomit.	Tafadhali simama hapa, nataka kutapika.

parts of speech	english	swahili
adj.	a lot	-inga
verb	abandon, to	kuacha
verb	abate, to	kupungua, kupunguza
verb	abbreviate, to	kufupisha
n.	abdomen	tumbo (pl. matumbo)
verb	abduct, to	kutorosha
verb	abide by, to	kushika
n.	ability, (to have)	akili, ustadi, uwezo
verb	able, to be	kuweza
adv.	aboard	melini, chomboni
adv.	about (approximately); news	habari za, yapata
adv.	about to, to be	tayari
adv.	above	juu (ya)
adv.	above; on top of	juu ya
n.	abrasion	chubuko (pl. machubuko)
verb	abridge, to; abbreviate, to	kufupisha
n.	abscess	jipu (pl. majipu)
n.	absence	ughaibu
verb	absent, to be	kutokuwapo
adj.	absent-minded	-sahaulifu
adv.	absolutely	kabisa
interj.	Absolutely not!	Hasha!
verb	absorb, to	kunywa
verb	abstain, to	kujinyima
n.	abundance	ujazi, wingi
adj.	abundant	sana, tele
verb	abuse, to (verbal)	kutumia vibaya, kutukana
verb	accelerate, to	kuhimiza
verb	accept, to	kukubalia, kupokea
n.	access	njia ya kufikia
n.	accident	tukio (pl.matukio), ajali
verb	accommodate, to	mahali pa kukaa
verb	accompany, to	kufuatana na, kusindikiza

13

parts of speech	english	swahili
verb	accompany, to (part of the way)	kusindikiza
verb	accomplish, to	kutimiza
adv.	according to	kadiri ya
adv.	accordingly	kwa hiyo
n.	account (finance)	hesabu, masimulizi
verb	accumulate, to	kuongezeka kwa kulimbikwa
adj.	accurate	sahihi
n.	accusation	mashtaka
n.	accusation	shtaka (pl. mashtaka)
verb	accuse, to	kushtaki
verb	accustomed, to be	kuzoea
n.	ache	maumivu
verb	ache, to	kuuma
verb	achieve, to; finish, to	kufaulu
n.	achievement	tendo bora, utimizo
adj.	acid	-chungu, -kali
verb	acknowledge, to	kukiri
n.	acquaintance	ujuzi maarifa, mtu umjuaye
verb	acquainted, to be	kujuana
verb	acquire, to	kujipatia
prep.	across (valley)	toka upande mmoja mpaka upande wa pili
verb	act, to	kutenda, kuigiza hadithi
n.	action	tendo (pl. matendo)
n.	actor	mtenda (pl. watenda)
adj.	adamant	-gumu
verb	add up, to	kujumlisha
verb	address, to 1. letter 2. speech	1. kuandika anwani (2) kuhutubu
n., med	adenoids	tezi la nyuma ya pua
adj.	adequate	-a kutosha
verb	adhere, to	kuambatana, kushika
adj.	adjacent	-a kupakana
n.	adjustment	kulinganisha, kusawazisha
n.	administration	serkali, usimamizi
verb	admit, to (confess)	kukiri
verb	admit, to (into a place)	kuingiza
verb	adopt (child)	kupokea kama mwana
verb	adopt (habit)	kupokea na kufuata
verb	adore, to	kuabudu
n.	adultery	uasherati
verb	adultery, to commit	kuzini

14

parts of speech	english	swahili
verb	advance, to	kuenda au kuendesha mbele
n.	adversity	msiba
n.	advice	shauri (pl. mashauri)
verb	advise, to	kutoa shauri, kuonya
n.	advocate	mteteaji
verb	aerate, to	kutia hewa ya
n.	affair	jambo (mambo)
verb	affect	kugeuza, kujifanya
n.	affection	kipendo (pl. vipendo)
verb	afraid, to be	kuogopa
n.	African continent	nchi ya Africa
adv.	after	baada ya, nyuma ya
n.	afternoon	alasiri, mangaribi
adv.	afterward	baadaye, halafu, kisha
adv.	again	tena
adv.	again and again	mara kwa mara
n.	age (How old are you?)	umri, maisha, miaka (Una miaka mingapi?)
n.	age, old	uzee
verb	aggravate, to	kuudhi, kuongeza ubaya
n.	aggression	shambilio
adj.	aghast, to be	kushikwa na fadhaa
adv.	ago, long	zamani sana
phrase	ago?, How long	Tangu lini?
n.	agony	maumivu makali
verb	agree on, to	kukubali
verb	agree, to	kupatana
n.	agreement	mapatano
n.	agriculture	kilimo, ukulima
adv.	ahead	mbele
phrase	aid, financial	msaada (pl. misaada)
verb	aid, to	kusaidia
n., med	AIDS	ukimwi
verb	aim, to take	kupiga shabaha
n.	air	hewa
n.	airplane	ndege
n.	alarm	mshtuko, kamsa
n.	albinos	mazeru (pl.)
n.	alcohol	kileo
verb	alert, to be	kuwa macho
adv.	alias	jina la pili la kificho

parts of speech	english	swahili
n.	alibi	dai la kuwapo mahali pengine
verb	alienate, to	kufarakisha
n.	alignment	msafa (pl. misafa)
adj.	alike	-a kufanana
adj.	alive	hai, -zima
adv.	all the time	siku zote
adj.	all, everything	-ote
n.	allegation	ushuhuda
n.	allergy	mzio
n.	alliance	mwungano
n.	alligator	mamba wa (Amerika)
verb	allocate, to	kugawanyia
verb	allow, to	kuruhusu
verb	allude, to	kutaja
adv.	almost	karibu
adj.	alone	peke yake
prep.	along	kwa mbele
adv.	alongside	kando
adj.	aloof	mbali
adv.	already	tayari
adv.	also, again	tena, pia
adv.	also, too	tena
n.	altar	mazabahu
verb	alter, to	kubadili
n. & adj.	alternative	njia ya pili
conj.	although	ingawa
adv.	altogether	kabisa
adv.	always; everyday	sikuzote
verb	amass, to	kukusanya
verb	amaze, to	kushangaza
n.	ambassador	balozi (pl. malozi)
adj.	ambiguous	-enye maana mbili
adj.	ambitious	-enye kutaka makuu
n.	ambulance	gari au namna ya machela ya kuchukulia wagonjwa
n.	ambush	oteo
verb	ambush, to	kuotea njiani
verb	ameliorate, to	kutengeneza
verb	amend, to	kutengeneza ifae zaidi
n.	amendment	matengenezo
verb	amends, make	kuridhisha

16

parts of speech	english	swahili
n.	America, US of	nchi ya Amerika
prep.	among	katikati ya
verb	amputate, to	kukata
verb	amuse, to	kuchekesha
n.	amusement	furaha
n.	analogy	mfano (pl. mifano)
n.	ancestor	mkale
n.	anchor	nanga
adj.	ancient	-a kale
conj.	and, also	na
n.	anecdote	hekaya
n.	anemia	upungufu wa damu
n.	angel	malaika
n	anger	gazabu, kasirani
verb	angry, to get	kukasirika
n.	anguish	huzuni kuu
n.	animal	mnyama (pl. wanyama)
n., med	ankle	kifundo cha muguu (pl, vifundo cha muguu)
verb	annihilate, to	kuangamiza kabisa
n.	anniversary	ukumbusho wa kila mwaka
verb	announce, to	kutangaza
n.	announcement	tangazo
verb	annoy, to	kuudhi
verb	annul, to	kutangua
verb	anoint, to	kupaka mafuta
adj.	another (another man)	-ingine
n.	answer	jibu (pl. majibu)
imper.	Answer!	Jibu!
verb	answer, to	kujiba
n.	ant	chungu
verb	antagonize	kufanya adui
n.	antelope	paa
adj.	anterior	-a kabla
verb	anticipate, to	kutazamia mbele
n.	anus	mkundu
n.	anxiety	hofu, fadhaa
verb	anxious, to be	kuhofu, kufadhaika
phrase	any time	wakati wo wote
pronoun	anybody (somebody)	ye yote
phrase	anyhow	vyo vyote

17

parts of speech	english	swahili
pronoun	anything (something)	cho chote
phrase	anywhere	po pote
adv.	apart	mbali
n.	ape	nyani
verb	apologize, to	kuomba radhi
n.	apostle	mtume (pl. mitume)
adj.	apparent	dhahiri
verb	appeal, to	kuomba
verb	appear, to	kutokea
verb	appear, to	kuonekana
n.	appearance	tokeo
n.	appetite	tamaa ya chakula
verb	applaud, to	kupiga makofi
n.	apple	tunda a kizungu
n.	application	tendo la kutia
phrase	apply oneself, to	kupeleka maombi kwa
n.	appointment	mapatano ya kukutana
verb	appreciate, to	kuthamini
n.	apprehension	tendo la kukamatwa
adj.	apprehensive	-enye akili
n.	apprentice	mwanafunzi wa kazi
verb	approach, to	kukaribia
z	approval	kibali
verb	approve, to	kukubali, kupokea
n.	approximation	kisio
n.	April	Aprili, mwezi wa nne wa mwaka wa kizungu
n.	Arab	Mwarabu
adj.	arbitrary	-geugeu
phrase	Are you happy?	Unasikia furaha?
phrase	Are you hungry?	Unasikia njaa?
n.	area; surface	eneo (pl. maeneo)
verb	argue, to	kubishana
n.	argument (dispute)	mabishano
verb	arise, to	kuinuka
n.	arm	mkono (pl. mikono)
n.	armpit	kwapa
n.	army	jeshi
verb	around, to go	kuzunguka
verb	arrange, to (Put all these things in order.)	kupanga, kutandika

18

parts of speech	english	swahili
n.	arrangement	mupango, matengenezo
verb	arrest, to	kusimamisha
verb	arrive, to	kufika
n.	arrow	mshale (pl. mishale)
n.	artery	mshipa mkubwa wa damu
n.	artist	mstadi, (pl. wastadi)
adv.	as	kama, -vyo, kwa sababu
adv.	as well	pia
adv.	as well as	kama vile
verb	ascend, to	kupanda
verb	ashamed of, to be	kuona haya
n.	ashes	majivu (pl.)
verb	ask (question), to	kuuliza
verb	ask entrance, to	kupiga hodi
verb	ask for, to	kuomba
n.	aspiration	tamaa
n.	assault	jeuri
verb	assemble, to	kukusanya
verb	assert, to	kukaza ukweli
n.	assessment	kadiri ipasayo
verb	assign, to	kugawanyia
verb	assist, to	kusaidia
n.	assistant	msaidizi (pl. wasaidizi)
n.	associate	mwenzi (pl. wenzi)
n.	asthma	ugonjwa wa pumu
verb	astonish, to	kushangaza
phrase	astounded, to be	kushangaa
verb	astray, to go	kupotea
prep.	at	penye, kwa
adv.	at first	kwanza
adv.	at last	mwisho
n.	atheist	mkana Mungu
n.	atmosphere	hewa
verb	atone, to	kupfanya upatanisho
n.	atonement	malipo
n.	attack	mashambulio
verb	attack, to	kushambulia
verb	attain, to	kufikia
verb	attempt, to	kujaribu
interj.	Attention!	Ange!
verb	attention, to pay	kuangalia

19

parts of speech	english	swahili
verb	attest, to	kushuhudia
n.	attic	1. chumba cha juu 2. ghala
n.	attitudes	hali ya myo au mwili
verb	attract, to	kuvuta
adj.	audacious	-jasiri
verb	audit, to	kukagua hesabu
verb	augment, to	kuongeza
n.	August	Ogusti, mwezi wa nane wa mwaka wa kizungu
n.	aunt (father's sister)	shangazi (pl. mashangzi)
n.	aunt (mother's sister)	mama mdogo
n.	authority	amri, mamlaka
n.	automobile	motakaa
n.	autonomy	ihtiari
verb	avenge, to	kulipiza kisasi
n.	aversion	machukio
verb	avoid, to	kuepuka
phrase	aware, to be	kufahamu
adj.,adv.	away	mahali pengine
adj.	awful	-baya sana
adv.	awkward	-enye matata
n.	ax	shoka (pl. mashoka)
verb	babble, to	kupayuka
n.	baby (newborn)	mtoto muchanga
n.	bachelor	mtu asiyeoa
n., med	back (of a person)	mgongo
n	backing (support)	msaada (pl. misaada)
adv.	backwards	nyuma
adj.	bad	-baya, -bovu
adv.	badly	vibaya
n.	badness	ubaya
verb	baffle, to	kutatiza
n.	bag	mfuko (pl. mifuko)
n.	bait	chambo
verb	bake, to	kuoka
verb	balance, to	kusawazisha
n.	baldness	upaa
n.	ball	mpira (pl. mipira)
n.	bamboo	mwanzi (pl. mianzi)
n	banana	ndizi
n.	bandage	kitambaa cha kufungia dawa

20

parts of speech	english	swahili
verb	banish, to	kuhamisha
n.	bank (for money)	benki ya fedha
n.	bank of river	kando
n.	bankruptcy	ufilisi
n.	baptism	ubatizo
verb	baptize, to	kuabatiza
n.	barber	kinyozi (pl. vinyozi)
adj.	bare	-tupu
adv.	barely	kwa shida
n.	bargain	mapatano
verb	bargain, to	kupiga bei
n.	bark (tree)	gome
verb	bark, to	kubweka
n.	barley	shayiri
n.	barn	banda
verb	barter, to	kubadilishana
adj.	bashful	-enye haya
n.	basin (wash)	bakuli
verb	bask (in the sun), to	kuota jua
n.	basket	kitunga (pl. vitunga)
n.	basket, large	kapu (pl. makapu)
n.	bat	popo
n.	bath	chombo cha kuogea
verb	bathe, to (oneself)	kuoga
n.	bathroom	choo
n.	battle	pigano (pl. mapigano)
n.	bay	ghuba
phrase	Be strong! (stay well)	Bakia vizuri!
verb	be, to	kuwa
n.	beach	pwani
n.	bean	haragwe (pl. maharagwe)
n.	bear (animal)	dubu
phrase	bear in mind, to	kukumbuka
verb	bear, to (child)	kuzaa
n.	beard	ndevu (poil de barbe = udevu)
verb	beat, to	kupiga
adj.	beautiful	-zuri
n.	beauty	uzuri
conj.	because	kwa kuwa, kwa maana, kwa sababu
conj.	because	kwani, maana, kwa sababu
conj.	because of	kwa sababu hii

21

parts of speech	english	swahili
verb	become, to	kuwa, kufaa
n.	bed	kitanda (pl. vitanda)
n.	bed sheet	shuka (pl. mashuka)
verb	bed, to make a (with grass)	kutandika kitanda
n.	bee	nyuki
n.	beehive (empty)	mzinga (pl. mizinga)
n.	beer	pombe
verb	beer, to brew	kupika pombe
n.	beetle	nyenje
adv.,prep	before	mbele ya, kabla ya
prep.	before	kabla
verb	befriend, to	kufadhili
verb	beg, to	kuomba
n.	beggar	mwombaji (pl. waombaji)
adv.	begin with, to	kwanza
verb	begin, to	kuanza
n.	beginning	mwanzo (pl. mianzo)
verb	behave, to	kutenda
n.	behavior	mwenendo (pl. mienendo)
adv, n. prep.	behind	nyuma ya
verb	behold, to; notice, to	kutazama
adj.	belated	chelea
n.	Belgium	Mbelgiji
n.	beliefs (confidence)	imani
verb	believe, to	1. kusadiki 2. kuamini
n.	bell	kengele
n.	bell	njuga
verb	belong to, to	kuwa mali yake
adv. prep.	below	chini ya
n.	belt	mshipi (pl. mishipi)
n.	bench	ubao wa kukalia
verb	bend over, to	kuinama
verb	bend, to; to fold	kukunja
adv. prep.	beneath, under	chini ya
adj.	beneficial	-enye manufaa
verb	beseech, to	kusihi
prep.	beside	kando ya, karibu na
adj.	best	bora kabisa
verb	bet, to	kubahatisha fedha
verb	betray, to	kusaliti

22

parts of speech	english	swahili
adv.	better	afazali
verb	better (after illness) to be; to be improved physically	kupata nafuu, kuponya
prep.	between	katikati ya
verb	beware, to	kujihadhari
verb	bewilder, to	kutia wasiwasi
verb	bewitch, to	kuloga
adv.	beyond	kupita
n.	Bible	Biblia
n.	bicycle	baisikeli
verb	bid farewell, to	kuaga
adj.	big	-kubwa
n., med	bile	nyongo
n., med	bilharzia (schistosomiasis)	kichocho
n.	bill	hesabu ya fedha
verb	bind, to	kufunga
n.	bird (small)	ndege
n.	birth	uzazi
verb	birth, to give	kuzaa
n.	birthday	sikukuu ya kuzaliza
verb	bite, to	kuuma
adj.	bitter	-chungu
n.	bitterness	uchungu
adj.	black	-eusi, -a giza
n. & adj.	black (for person)	mweusi
n.	black {color}	weusi
n.	blackboard	ubao wa skuli
n.	blackmail	mrungula
n.	blacksmith	mhunzi
n., med	bladder	kibofu
n.	blade (grass)	jani
n.	blade (knife)	ubaba
n.	blame	hatia
verb	blame, to	kulaumu
n.	blanket	balangiti
verb	bleed, to	kutoka damu
verb	blend, to	kuchanganya
phrase	Bless you.	Akuweke.
verb	bless, to	kubariki
n.	blessing	baraka
adj.	blind	-pofu

parts of speech	english	swahili
n	blind person	kipofu (pl. vipofu)
adv.	blindly	kipofu
n.	blindness	upofu
verb	blink, to	kupepesa macho
verb	block, to	kuziba njia
n.	blood	damu
n., med	blood vessel	mushipa wa damu
verb	blow a whistle, to	kupiga filimbi
verb	blow, to	kuvuma
adj.	blue	buluu, samawati
verb	blush, to	kugeuka rangi
n.	board (plank)	ubao (pl. mbao)
verb	boast, to	kujivuna
n.	boasting	majivuno
n.	boat	chombo (pl. vyombo)
n.	body	mwili (pl. miili)
n.	bodyguard	askari wafuasi
n., med	boil (medical)	jipu (pl. majipu)
verb	boil, to	kuchmuka, kutokosa
n.	boldness	ujasiri
n.	bolt (of door)	komeo
verb	bolt, to	kukomea
n.	bomb	kombora
n	bonds	kifungo
n.	bone	mfupa (pl. mifupa)
n., med	bone marrow	uboho
n.	bonus	ziada
verb	boo, to	kuzomea
n.	book	kitabu (pl. vitabu)
n.	boot	kiatu kirefu
n.	boredom	uchovu
verb	born, to be	kuzaliwa
verb	borrow, to (money)	kukopa
n.	boss	msimamizi (pl. wasimamizi)
adj & pr	both	vyote viwili
n.	bottle	chupa (pl. machupa)
n.	bottle-opener	kifungua chupa
n.	bottom	upande wa chini
verb	bounce, to	kuruka kama mpira
n.	bow (as in arrow)	upinde (pl. pinde)
n.	bowl	bakuli

parts of speech	english	swahili
n.	box	sanduku (pl. masanduku)
n.	boxer shorts (or slip)	chupi
n.	boy	mtoto wa kiume
n.	boyfriend	mpenzi (pl. wapenzi)
n.	bra	sidiria
n.	bracelet	kikuku
verb	brag, to	kujigamba
n.	braid	utepe
verb	braid, to	kusokota
n.	brain	ubongo
n.	branch	tawi (pl. matawi)
phrase	brand new	-pya kabisa
n.	brass	shaba
adj.	brave	hodari
n.	bravery	ujasiri
n.	bread	mkate (pl. mikate)
verb	break, to	kuvunja
n.	breakfast	chakula cha asubuhi
n.	breast	kifua, maziwa
n.	breast milk	maziwa ya mama
verb	breast-feed, to	kunyonyesha
n.	breastbone	kidari (pl. vidari)
n.	breath	pumzi
verb	breathe	kuvuta pumzi
phrase	breathless, to be	kutwetatweta
n.	bribe	rushwa
verb	bribe, to	kutoa rushwa
verb	bribe, to take	kula rushwa
n.	brick	tofali (pl. matofali)
n.	bricklayer	mwashi aakaye kwa matofali
n.	bride	bibi arusi
n.	bride-groom	bwana arusi
n.	bridge	daraja (pl. madaraja)
adj.	brief	-fupi
adj.	bright	-enye kung'aa, -enye akili
n.	brim	ukingo
verb	bring in, to	kuingiza
verb	bring to	kuleta
adj.	broad, wide, spacious	-pana
verb	broil, to	kuchoma
n., med	bronchitis	ugonjwa wa kifua

parts of speech	english	swahili
n.	bronze	shaba nyeusi
n.	broom	ufagio (pl. fagio)
n.	brother	ndugu, kaka
n.	brother-in-law	shemeji
adj.	brown	rangi ya kunde
n.	brush	ufagio (pl. fagio)
n.	brush (paintbrush) {hair brush}	burashi (hair or paint brush)
verb	brush teeth, to	kusukula meno
verb	brush, to	kupangusa
n.	bubble	povu
n.	bucket	ndoo
n.	budget	taarifa ya gharama
n.	buffalo	1. nyati 2. mbogo
n.	bug	kunguni
verb	build, to	kujenga
n.	builder	mjengaji (pl. wajengaji)
n.	building (construction)	jengo (pl. majengo)
n.	bull	ng'ombe dume
n.	bullet	risasi ya bunduki
n.	bunch (of fruit)	kichala (pl. vichala)
n.	bundle	bunda
n.	burden	mzigo (pl. mizigo)
n.	burlap	gunia (pl. magunia)
n	burn	umizo la moto
verb	burn, to	kuchoma, kuwaka
verb	burst, to	kupasuka ghafula
verb	bury, to	kuzika
n.	bus	motakaa ya abiria
n.	bush	kichaka (pl. vichaka)
n.	business	shughuli, kazi
verb	bustle about, to	kutaharuki
conj.	but	lakini
n.	butcher	mwuza nyama
n.	butter	siagi
n.	butterfly	kipepeo (pl. vipepeo)
n.	buttock	tako (pl. matako)
n.	button	kifungo (pl. vifungo)
n.	buttonhole	kitanzi (pl. vitanzi)
verb	buy, to	kununua
prep.	by (through)/ (near)	kwa, na
n.	bystander	mwenye kuwapo

parts of speech	english	swahili
n.	cabin	kijumba melini
n.	café	mkahawa (pl. mikahawa)
n.	cage	tundu (pl. matundu), kizimba (pl. vizimba)
n.	calamity	maafa
n.	calendar	takwimu
n.	calf {calf - lower leg}	ndama {shavu la mguu}
n.	call	mwito (pl. miito)
verb	call on, to	kwenda kuamkia
verb	call, to	kuita
verb	calm down, to	kutulia
n.	calm, quiet	shwari
n.	camel	ngamia
n.	camp	kambi (pl. makambi)
verb	camp, to	kupiga kambi
verb	can	kuweza
n.	can, tin	kopo (pl. makopo)
n.	Canadian	mwenyeji wa Canada
n.	cancer	jamii moja ya nyota
n.	candidate	mtaka kazi au cheo fulani
n.	candle	mshumaa
n.	candlestick	kinara (pl. vinara)
n.	candy	tamutamu
n.	cane	fimbo
n.	canoe (dugout)	mtumbwi (pl. mitumbwi)
adj.	capable, able	-enye kuweza
n.	capacity	ujazo, nafasi
n.	capital (city)	mji mkuu
n.	capital (letter)	herufi kubwa
n.	captivity	utumwa
verb	capture, to	kukamata
n.	car	motakaa
n.	car	gari (pl. magari)
verb	care for, to (the sick)	kutunza
adj.	careful	-angalifu
adv.	carefully	taratibu
adj.	careless	-zembe
verb	caress, to	kukumbatia kwa upendo
n.	caretaker	mwangalizi
n.	carpenter	seremala (pl. maseremala)
n.	carpentry	usermala

27

parts of speech	english	swahili
n.	carrot	karoti
verb	carry on one's back, to	kubeba
verb	carry on one's hip, to	kueleka
verb	carry on, to	kuendelea
verb	carry, to	kuchukua
verb	carve, to	kuchora
n.	case	jambo, kesi
n.	cash	fedha taslimu
n.	cashew	korosho
n.	cashier	karani wa fedha
n.	cassava	muhogo, (pl. mihogo)
verb	cast lots, to	kupiga kura
verb	cast, to; to fling	kutupa
verb	castigate, to	kuadhibu
n.	castle	ngome
verb	castrate, to	kuhasi
n.	cat	paka
n.	catastrophe	msiba mkuu
verb	catch fire, to	kuwaka
verb	catch, to	kukamata
n.	category	aina, jamii
n.	caterpillar	kiwavi (pl. viwavi)
n.	caterpillar	mtoto wa kipepeo
n.	catholic	katoliko
n.	cattle	mifugo
n.	cause	sababu
verb	cause, to	kufanyiza
adj.	cautious	-enye hadhari
n.	cave	pango (pl. mapango)
n.	cavity	shimo (pl. mashimo)
verb	cease, to	kukoma
n.	ceiling	upande wa juu wa chumba
verb	celebrate, to	kushangilia
n.	celebration	mwadhimisho
n.	cellar	ghala ya chini
n.	cement	udongo ulaya
n.	cemetery	makaburini
n.	censer	chetezo
n.	census	hesabu ya watu wa nchi
n.	center, in the	palipo katikati hasa
n.	centipede	tandu

28

parts of speech	english	swahili
n.	century	karne
n.	ceremony	ibada au sherehe ya heshima
adj.	certain	fulani
adv.	certainly	hakika
n.	cessation	ukomo
n.	chain	mnyororo (pl. minyororo)
n.	chair	kiti (pl. viti)
n.	chairman	mwenye-kiti
n.	chalk	chaki
n.	challenge	kutaka thibitisho
n.	chameleon	kinyonga (pl. vinyonga)
n.	change (coins)	senti
verb	change money, to	kuvunga
verb	change one's mind, to	kughairi
verb	change, to	kubadilisha
n.	channel	mfereji (pl. mifereji)
n.	chaos	machafuko makubwa
n.	chapter	sura
n.	character	tabia
n.	charcoal	makaa ya miti
n.	charcoal, ember	kaa (pl. makaa)
n.	charge (in battle)	shambulio
verb	charge, to be in	kuwa mwangilizi
n.	charm	hirizi
verb	chase, to	kukimbiza
n.	chat	maongezi
verb	chat, to	kuzungumza
n.	chauffeur	dreva wa motakaa
adj.	cheap	rahisi
verb	cheat, to	kudanganya
n.	cheater	mdanganyifu (pl. wadanganyifu)
n.	cheek	shavu la uso
adj.	cheerful	-kunjufu
n.	cheese	jibini
n.	cheetah	duma
n.	chest (body)	kifua (pl. vifua)
n.	chest (crate)	sanduku (pl. masanduku)
verb	chew, to	kutafuna
n.	chicken	kinda la kuku
n.	chicken pox	tetewanga
verb	chide, to	kukaripia

29

parts of speech	english	swahili
n.	chief	sultani
n.	child	mtoto (pl. watoto); mwana (pl. wana)
n.	childhood	utoto
n.	chills (tremor)	homa ya baridi
n.	chimpanzee	sokwe
n.	chin	kidevu (pl. videvu)
n.	choice	hiari
n.	choir	jamii ya waimbaji
verb	choke, to	kukaba au kukabwa roho
n., med	cholera	kipindupindu
verb	choose, to	kuchagua
n.	Christ	Kristo
n.	Christian	Mkristo
n.	Christmas {Merry Christmas}	Krismas {Heri za Krismas.}
adj.	chronic	-a kusedeka
n.	church (building)	kanisa
n.	cigar	sigara
n.	cigarette	sigareti
n.	circle	mviringo (pl. miviringo), duara
verb	circulate, to	kuzunguka
verb	circumcise, to	kutahiri
n.	circumcision	tohara
n.	circumference	mzingo
n.	circumstance	jambo, maneno
n.	citizen	raia
n.	city	mji (pl. miji)
adj.	civilized	-staarabu
verb	claim, to	kudai
n.	clan	ukoo (pl. koo)
verb	clap, to	kupiga makofi
verb	clarify, to	kubainisha
n.	class (students)	darasa (pl. madarasa)
n.	clatter (of voices)	kishindo
n., med	clavicle	mtulinga
n.	claw	kucha
n.	clay	udongo
adj.	clean	safi
verb	clean, to	kusafisha
n.	cleanliness	usafi
verb	cleanse, to	kutakasa
adj.	clear	wazi

parts of speech	english	swahili
verb	clear, to be (2) swim, to	kuelea
adv.	clearly	kwa dhahiri
n.	clemency	huruma
verb	clench, to	kukaza
n.	clerk	karani (pl. makarani)
adj.	clever	-enye akili
n.	cliff	jabali
verb	climb down, (tree), to	kutelemka
verb	climb, to	kupanda
n.	cloak	kifuniko (pl. vifuniko)
n.	clock	saa
verb	close the eyes, to	fumba macho
adv.	close to	karibu na
verb	close, to	kufunga, kufumba
n.	closet	kijumba
verb	clothe, to	kuvika
n.	clothes	nguo
n.	cloud	wingu (mawingu)
n.	club (stick)	fimbo
n.	cluck	mwito wa kuku kwa watoto wake
n.	cluster	kichala (pl. vichala)
verb	coagulate, to	kuganda
n.	coast (of river)	pwani
n.	coat (clothing), {of paint}	koti {mpako}
verb	coax, to	kubembeleza
n.	cobra	nyoka
n.	cobweb	utando wa buibui
n., med	coccyx	kifandugu
n.	cock-crowing	kuwika jogoo
n.	cockroach	mende
n.	coconut	dafu (pl. madafu)
verb	coerce, to	kushurutisha
n.	coffee	kahawa
n.	coffee bean	buni
n.	coffee plant	mbuni (pl. mibuni)
n.	coffin	sanduku la maiti
verb	cogitate, to	kufikiri
n.	coin	sarafu
verb	coincide, to	kulingana
adj.	cold	-a baridi
n.	cold in head	baridi

31

parts of speech	english	swahili
n.	cold season	kipupwe
verb	cold, to be	kupoa
verb	collaborate, to	kushirikiana katika kazi
verb	collapse, to	kuanguka
verb	collect, to	kuchanga, kukusanya
n., med	colon	sehemu ya chini ya tumbo kubwa
n.	color	rangi
n.	comb	kitana (pl. vitana)
verb	comb, to	kuchana
verb	come across, to	kukuta
verb	come back, to; to return	kurudi
interj.	Come here!	Uje hapa!
phrase	Come in!	Karibu!
verb	come out of, to	kutokea wazi
verb	come, to	kuja
n.	comfort	faraja
verb	comfort, to	kufariji
adj.	comfortable	-enye raha
n.	command	amri (pl. amri)
verb	command, to	kuamuru
n.	commander	mwenye amri
verb	commence, to	kuanza
verb	commit an error, to	kukosa
verb	commit oneself, to	kuweka ahadi
n.	committee	halmashauri
adj.	common	-a kawaida
verb	communicate, to	kupelekeana habari
n.	companion	mwenzi (pl. wenzi)
verb	compare, to	kulinganisha
n.	comparison	mfano (pl. mifano)
n.	compensation	fidia
verb	compete, to	kushariki
n.	competition	shindano (pl. mashindano)
verb	complain, to	kunung'unika
n.	complaint (illness)	ugonjwa
adj.	complete	-timilifu
adv.	completely, totally	pia
n.	complication	matata
verb	compose, to	kutunga
verb	comprehend, to	kufahamu
n.	comprehension	ufahamu

parts of speech	english	swahili
verb	conceal, to	kuficha
verb	concede, to	kukubali
n.	conceit	kiburi
verb	conceive, to	kufahamu
n.	concern	shughuli
verb	conclude, to	kumaliza
n.	conclusion	mwisho
verb	concur, to	kupatana
verb	condemn, to	kupatiliza
n.	condemnation	lawama
n.	condition	hali
n.	conduct	mwenendo (pl. mienendo)
verb	confess, to	kukiri
n.	confession	maungamo
verb	confirm, to	kuthibitisha
n.	conflict	mapigano
verb	confront, to	kukabili
verb	confuse, to	kuchafua
n.	confusion	chafuko
verb	congratulate, to (graduate)	kupongeza
interj.	Congratulations.	Hongera.
verb	conjecture about, to	kudhani tu
n., med	conjunctivitis	uvimbe wa mboni
verb	connect, to	kuunga
verb	conquer, to	kushinda
n.	conscience	dhamiri
verb	consent, to	kukubali
n.	consequence (without repercussions)	jambo litokealo kwa sababu fulani
verb	consider, to	kufikili
n.	consideration	uangalifu
verb	console, to	kufariji
adv.	constantly	daima
n.	constitution	sheria ya serkali
verb	construct, to	kufanyiza
verb	consult, to	kushauri
adj.	contagious	-a kuambukiza
verb	contemplate, to	kutafakari
n.	contempt	dharau
n.	continuation	mfulizo
verb	continue, to	kudumu
adj.	continuous	bila kukoma

33

parts of speech	english	swahili
verb	contradict, to	kubisha
verb	contribute, to	kutoa fedha au msaada
n.	contribution	kitu kilichotolewa
verb	control, to (govern)	kutawala
n.	controversy	mabishano
n.	contusion	chubuo
n.	conversation	mazungumzo
verb	converse with, to	kusemezana, kuzungumza
verb	convince, to	kusadikisha
n.	convulsion	kifafa
n.	cook	mpishi (pl. wapishi)
verb	cook, to	kupika
phrase	cooked, to be well (to be done)	kuiva
n.	cooking stone	figa (pl. mafiga)
adj.	cool	-a baridi
verb	cool, to become	kupoa
verb	cooperate, to	kusaidiana
n.	cooperation	shirika
adj.	copious	tele
n.	copper	shaba
n.	cord	kamba
n.	corkscrew	kizibuo
n.	corn	muhindi (pl. mihindi)
n.	corner	pembe
n.	corpse	maiti
adj.	correct	safi
verb	correct, to	kusahihisha
verb	correspond with, to	kufanana
n.	cost	bei, gharama
n.	cottage	nyumba ndogo
n.	cotton	pamba
n.	cough	kikohozi (pl. vikohozi)
verb	cough, to	kukohoa
n.	council, advice	baraza
verb	counsel, to	kuonya
verb	count, to	kuhesabu
verb	counteract, to	kubatilisha
adj.	countless	bila idadi
adj.	country	nchi
n.	couple	jozi
n.	couple	jozi

34

parts of speech	english	swahili
n.	courage	uhodari
adj.	courageous	-jasiri
n.	court	nyumba ya mfaime
n.	courtesy	jamala
n.	cover	kifuniko (pl. vifuniko)
verb	cover oneself, to	kuvaa nguo
verb	cover, to	kufunika, kutamani
verb	covet, to	kutamani
n.	cow	ngombe
n.	coward	mwoga
n.	crack (fissure)	ufa (pl. nyufa)
verb	crack, to	kualika
n.	cracker	biskuti
n.	craftsman	fundi (pl. mafundi)
adj.	crafty	-erevu
verb	cram, to	kushindilia
verb	crash into, to	kudunda
adj.	crazy	-enye kichaa
n.	cream	maziwa ya mtindi
verb	create, to	kuumba
n.	creature	kiumbe (pl. viumbe)
verb	creep, to	kutambaa
n.	crevice	ufa (pl. nyufa)
n.	crime	hatia
n.	criminal	mhalifu
n.	cripple	kiwete
n.	crocodile	mamba
adj.	crooked	-a kupotoka
n.	crop (farming)	mavuno (pl.)
n.	cross	msalaba (pl. misalaba)
verb	cross,to	kuvuka
n.	crossroads	njia panda
adv.	crosswise	-a kukingama
verb	crouch, to	kujinyata
verb	crow, to	kuwika
n.	crowd	mkutano (pl. mikutano)
n.	crown	taji
verb	crucify, to	kusulibi
n.	cruelty	ukatili
n.	crumb	kombo
verb	crumble, to	kufikicha

parts of speech	english	swahili
verb	crush, to	kuponda
verb	cry, to	kulia
verb	cultivate, to	kulima
n.	cultivator	mkulima (pl. wakulima)
n.	cunning	hila
n.	cup	kikombe (pl. vikombe)
n.	cupboard	kabati
n.	cure	dawa
n.	cure	tibu
verb	cure, to	kuponya
n.	curiosity	kitu cha shani
verb	curse, to	kulaani, kutukana
n.	curtain	pazia (pl. mapazia)
n.	cushion	takia (pl. matakia)
n.	custom	desturi
verb	cut lengthwise, to	kupasua
verb	cut, to	kukata
n.	cyclone	kimbunga; tufani
adv.	daily	kila siku
n.	dairy	duka la maziwa
n.	dam	boma la kuzuia maji
verb	damage, to	kutia hasara
adj.	damp	majimaji
n.	dance	dansi
verb	dance, to	kucheza ngoma
n.	danger	hatari
adj.	dangerous	-a hatari
verb	dare, to	kuthubutu
adj.	dark	-eusi
n.	dark	giza
phrase	dark., It is getting	Magalibi imefika.
n.	date (fruit)	tende
n.	date (in month)	tarehe
n.	daughter	binti
verb	dawdle, to	kutangatanga
n.	dawn	pambazuko
n.	day	siku
phrase	day after tomorrow, the	kesho kutwa
adv.	day before yesterday	juzi
n.	day laborer	kibarua (pl. vibarua)
n.	day long, all	mchana kutwa

36

parts of speech	english	swahili
n.	daytime	mchana
n.	dazzle	kutia kiwi
adj.	dead	amekufa
n.	dead person	mfu (pl. wafu)
n.	deadline	muda
n., med	deadlock	mgogoro
n.	deaf person	kiziwi (pl. viziwi)
adj., n	dear	-penzi, ghali
n.	death	kufa (pl. kufa), mauti
n.	debate	jadiliano
verb	debate, to	kujadiliana
n.	debauchery	utongozi
n.	debris	kifusi
n.	debt	deni
verb	decay, to	kuoza
n.	deceit	udanganyifu
verb	deceive, to	kudanganya
n.	December	Desemba; mwezi wa kumi na mbili wa mwaka wa kizungu
verb	decide, to	kuamua
n.	decision (final)	maamuzi
verb	decline, to	kukataa
verb	decorate, to	kupamba
n.	decoy	kutega kwa hila
n.	decrease	upunguo
verb	decrease, to	kupunguka
verb	deduce, to	kutambua maana
verb	defame, to	kusengenya
verb	defeat, to	kushinda
verb	defend, to	kulinda
n.	defense	ulinzi
verb	defile, to	kunajisi
verb	define, to	kubainisha
n.	definition	ubainisho
verb	deflate, to	kupwesha
verb	delay, to	kukawa
n.	deliberation	shauri (pl. mashauri)
adj.	delicious	-tamu
adj.	delightful	-a kupendeza
verb	delude oneself	kudanganya
verb	demand, to	kudai

37

parts of speech	english	swahili
n.	democracy	utawala wa raia
verb	demolish, to	kubomoa
n.	demon	pepo mbaya
n.	den	pango la mnyama
verb	denigrate, to	kuchongea
adj.	dense	-zito
n.	dentist	daktari wa meno
verb	deny, to	kukana
verb	depart, to	kuondoka
verb	depend on, to	kutegemea
verb	deposit, to	kuweka
n.	depravity	ufisadi
verb	depreciate, to	kupungua thamani
n.	deprivation	kutwaliwa
verb	deprive, to	kunyima
n.	depth	urefu
verb	descend, to; go down, to	kushuka, kutelemuka
verb	describe, to	kuwasifu
n.	desert (ie. Sahara desert)	jangwa
verb	deserve, to	kustahili
n.	design (sketch)	kielelezo
n.	desire	hamu
verb	desire, to	kutaka
n.	desk	meza
verb	despair, to	kukata tamaa
verb	despise, to	kutweza
n.	dessert	matunda
n.	destiny	ajali
n.	destitution	ufukara
verb	destroy, to	kuangamiza, kuharibu
n.	destruction	uharibifu
verb	detach, to	kutenga
verb	deteriorate, to	kupotewa na uzuri
verb	determine, to	kukaza nia
verb	detest, to	kuchukia sana
verb	deviate, to	kuenda upande
n.	devil	ibilisi
n.	dew	umande
n., med	diabetes	kisukari
n.	dialogue	mazungumzo
n., med	diaphragm	kiwambo

38

parts of speech	english	swahili
verb	diarrhea, to have	kuhara
verb	dicker, to	kubadili
n.	dictionary	kamusi
verb	die, to	kufa
n.	difference	tofauti
adj.	different	mbali mbali
verb	different, to be	kuhitilafiana
adj.	difficult	-gumu
n.	difficulty	mashaka, taabu
verb	dig, to	kuchimba
n.	dignity	heshima na upendo
verb	diminish the quantity, to	kupunguza
n.	dinner (night)	chakula kikuu cha siku
n.	dinner (noon)	chakula kikubwa cha kutwa
n.	diploma	hati ya sifa
verb	direct, to	kuagiza, kuongoza
n.	direction	upande
n.	director	msimamizi (pl. wasimamizi)
n.	dirt	takataka, uchafu
adj.	dirty	-chafu
verb	disagree, to	kutopatana
verb	disappear, to	kutoweka
verb	disapprove, to	kutoridhia
n.	disaster	baa, msiba
verb	discard, to	kutupa
verb	discern, to	kutambua
n.	discipline	nidhamu
verb	disconnect, to	kutenga
verb	discourage, to	kuvunja moyo
verb	discover, to	kufumbua, kuvumbua
verb	discuss, to	kuzungumzia habari
n.	discussion	mazungumzo
n.	disdain	dharau
n.	disease	ugonjwa (pl. maogonjwa)
n.	disgrace	aibu
n.	disgust	karaha
n.	dish	sahani
adj.	dishonest	-danganyifu
n.	dishonesty	uwongo
verb	dislike, to	kuchukia
verb	dislocate, to (one's joint)	kushtua

39

parts of speech	english	swahili
n.	disobedience	ukaidi
verb	disobey, to	kuasi
n.	disorder	fujo (pl. mafujo)
verb	disperse, to	kusambaa
n.	dispute	ugomvi
adj.	disrespectful	-tovu wa heshima
n.	dissension	faraka
verb	dissolve, to	kuyeyuka
verb	dissuade, to	kujaribu
n.	distance	umbali
adj.	distinct	dhahiri
verb	distinguish between, to	kupambanua
verb	distract, to	kuvuta mawazo pengine
n.	distress	huzuni, dhiki
n.	disturbance	ghasia, fujo
n.	ditch	mfereji (pl. mifereji)
adv.	ditto	vile vile
verb	diverge, to	kuachana
n.	divergence	tofauti
verb	divide, to	kugawa
n.	division	mgawo
verb	divorce, to	kuvunja ndoa
n.	dizziness	kizunguzungu
phrase	Do you have children?	Una watoto?
phrase	Do you have...	Ukonayo...
phrase	Do you live here?	Unakaa hapa?
verb	do, to	kufanya, kutenda
n.	doctor (academic, medicine)	1. tabibu (pl. matabibu) 2. mganga (pl. waganga)
n.	document	hati
n.	dog	mbwa
n.	doll	mtoto wa bandia
verb	dominate, to	kushinda
n.	donkey	punda
n.	donut	kitumbua, (pl. vitumbua)
n.	door	mlango (pl. milango)
n.	dormitory	chumba cha kulala
n.	dose	kipimo cha dawa
verb	double, to	kurudufya
n.	doubt	shaka
verb	doubt, to	kushuku

parts of speech	english	swahili
n.	dove	hua
adv.	down	chini
n.	dowry	mahari
verb	drag, to	kukokota
verb	draw a line, to	kupiga mustari
verb	draw near, to	kukaribia
verb	draw, to	kuandika sanamu
verb	dread, to	kuogopa
n.	dream	ndoto
verb	dream, to	kuota ndoto
n.	dress	gauni (pl. magauni)
verb	dress another, to	kuvika
verb	dress, to	kuvalia
n.	dresser	kabati
verb	drill, to (a hole)	kutoboa
n.	drink	kinyweo (pl. vinyweo)
verb	drink, to (What would you like to drink?)	kunywa (Unataka kunywa nini?)
n.	drinking glass	bilauri
verb	drip, to	kudondoka
verb	drive away, to	kufukuza
verb	drive, to	kuendesha
n.	driver	dereva
verb	drop, to	kuangusha
n.	drought	ukosefu wa mvua
verb	drown, to	kufa maji
n.	drug (medication)	dawa
n.	drum	ngoma
verb	drunk, to be	kulewa
n.	drunkard	mlevi (pl. walevi)
adj.	dry	-kavu
n.	dry skin (dandruff)	ganda (pl. maganda)
verb	dry, to	kukausha
verb	dry, to become; to wither	kunyauka
n.	duck	bata (pl. mabata)
adj.	dull	-pumbavu
n.	dungeon	kifungo
n.	duration	muda
prep.	during	wakati wa
n.	dusk	giza la jioni
n.	dust	mavumbi

41

parts of speech	english	swahili
verb	dust, to	kupangusa
n.	duty	wajibu
adj. & n.	dwarf	kibeti
verb	dwell, to	kukaa
n.	dwelling place, house	nyumba
n	dynamite	baruti ya kupasulia mwamba
verb	dysentery, to have	kuhara damu
adj & pr	each	kila
adj.	eager	-enye bidii
n.	eagle	tai (pl. matai)
n.	ear	sikio (pl. masikio)
n.	ear (of sorghum)	suke
adv.	early	mapema
verb	earn, to; to gain	kuchuma kwa kazi
n.	earth	dunia
n.	earth (ground)	udongo
n.	earthquake	tetemeko la nchi
n.	ease	raha
verb	ease, to be at	kustarehe
adv.	easily	polepole
n.	east	mashariki
n.	Easter	Pasaka
adj.	easy	-epesi
verb	eat, to	kula
verb	eavesdrop, to	kudukiza
n., med	ecchymosis	chubuko (pl. machubuko)
phrase	eclipse of the sun	kupatwa jua
adj.	economical	-wekevu
verb	economize, to	kupunguza gharama
n.	edge	ukingo
verb	educate, to	kuelimisha
n.	education	mafunzo
n.	education (learning)	elimu
n.	effect	tokeo (pl. matokeo)
verb	effort, to make an	kujitahidi
n.	egg	yai (pl. mayai)
n.	eggplant	mubilingani (pl. mibilingani)
n.	eggshell	ganda la yai
adj. & n.	eight	nane
n.	eighteen	kumi na nane
adj.	eighth	-a nane

parts of speech	english	swahili
n.	eighty	themanini; makumi manane
conj.	either...or	ama...ama
n.	elbow	kiko cha mkono; kivi
n.	election	mchaguo
n.	electricity	umeme
n.	elephant	tembo
n., med	elephantiasis of legs	ugonjwa wa matende
n.	eleven	kumi na moja
adv.	elsewhere	pengine
verb	embarrass, to	kutahayarisha
n.	embassy	jumba la balozi
verb	embellish, to	kupamba
n.	embers	makaa ya moto
verb	embrace, to	kukumbatia
n.	embryo	mimba
n.	employee	mtu wa kazi
n.	employer	bwana wa kazi
adj.	empty	-tupu
verb	empty, to	kumwaga
adv.	empty-handed, (to be)	mikono bule
verb	enable, to	kuwezesha
verb	encircle, to	kuzingira
n.	enclosure	kitalu
verb	encourage, to	kutia moyo
n.	end	mwisho (pl. miisho)
verb	end, to	kukomesha
n.	endorsement	sahihi
n.	endurance	ustahimilivu
verb	endure, to	kudumu, kuvumilia
adj. & n.	enemy	adui
n.	energy (strength)	nguvu; bidii
n.	English (people)	Waingereza
n.	English {language} (Do you speak English?)	Kiingereza (Umasema Kiingereza?)
phrase	enjoy your meal	karibu chakula
verb	enjoy, to	kufurahia
adj.	enough	-a kutosha
interj.	Enough!	Basi!
verb	enrich, to	kutajirisha
verb	enter, to	kuingia
verb	entertain, to	kufurahisha

43

parts of speech	english	swahili
verb	entice, to	kuvuta kwa werevu
adj.	entire	-zima, -ote
adv.	entirely	kabisa
n.	entrance	mlango (pl. milango)
n.	entrance; hall	sebule
n.	envelope	bahasha
n.	environment	mazingira
n.	envy	wivu
n.	epidemic	maradhi ya pukupuku
n., med	epilepsy	kifafa
adj.	equal	sawa
adv.	equally	sawa
n.	equivalent	sawa; badala
verb	erase, to	kufuta
verb	erect, to	kusimamisha
n.	erection	msimiko
n.	erosion	momonyoko wa ardhi
n.	error	kosa (pl. makosa)
verb	escape, to	kuponyoka
verb	escort, to	kufuatana na
adj.	especially	hasa
adj.	essential	-a asili
verb	establish, to	kuweka imara
n.	esteem	heshima
verb	estimate, to	kukiasi
n.	Europe	Ulaya
adj.	European	Mzungu (pl. Wazungu)
verb	evade, to	kuepuka
adv.	even	hata, sawa
adv.	even if	hata ikiwa
conj.	even though, although	ijapo
adv. n.	evening	jioni
n.	event	jambo
adj.	every, whole (always)	kila (daima)
adj.	everyday	-a kila siku
pronoun	everyone	kila mtu
n.	everything	kila kitu
adv.	everywhere, throughout	po pote, kila mahali
adj.	evident	wazi
adj.	evil	-ovu
verb	exaggerate, to	kutia chumvi

44

parts of speech	english	swahili
verb	exalt, to	kutukuza
n.	examination	ukaguzi
verb	examine, to	kupima
n.	examiner	mkaguaji
n.	example	mfano (pl. mifano)
verb	exceed, to	kuzidi
adv.	exceedingly	muno
adj.	excellent	bora
conj.	except	ila
n.	excess, surplus	wingi kupita kiasi
adj.	excessive	-a kupita kiasi
adv.	excessively	muno
verb	exchange, to	kubadilisha
verb	exclude, to	kukataa
verb	excommunicate, to	kuharimisha
n.	excrement	mavi (pl.)
n.	excursion	matembezi ugenini
n.	excuse	udhuru
phrase	Excuse me.	Niwie radhi.
verb	exercise, to	kuzoea
verb	exhaust, to	kumaliza
verb	exhausted, to be	kuchoka kabisa
n.	exhaustion	état de faiblesse
verb	exhibit, to	kuonyesha
verb	exhume, to	kufukua
verb	exile, to be in	kuhamisha
verb	exist, to	kuwako
n.	existence	maisha
verb	expand, to	kutanua
verb	expect, to	kutazamia
verb	expectorate, to	kutema mate
verb	expedite, to	kuhimiza
adj.	expensive	ghali
verb	experience, to	kupatwa na
verb	expire, to; to die	kufa, kuisha
verb	explain, to	kueleza
n.	explanation	maelezo
n.	exploration	uvumbuzi
verb	explore, to	kuvumbua
n.	explosive	baruti
verb	extend, to	kuenea

45

parts of speech	english	swahili
adj.	exterior	-nje
verb	exterminate, to	kukomesha kabisa
verb	extinguish, to	kuzima
verb	extort, to	kutoza kwa nguvu
adj.	extra	zaidi
adj.	extraordinary	-a ajabu
adv.	extremely	mno
n.	eye	jicho (pl. macho)
n.	eyebrow	nyushi
n.	eyelash	ukope
n.	eyelid	ukope
n.	fable	hadithi fupi
n.	fabrication	uongo
n.	face	uso (pl. nyuso)
verb	face (someone), to	kukabili
verb	facilitate, to	kufanya rahisi
n.	facsimile	mwigo sawasawa
n.	fact	jambo la hakika
n.	fad	kinyongo
verb	fade, to	kufifia
verb	fail, to	kukosa
verb	faint, to	kuzimia
adj.	fair	-a haki
adv.	fairly	sana kidogo
n.	faith	imani
adj.	faithful	-aminifu
n.	faithfulness	uaminifu
verb	fall on, to	kuangukia
verb	fall, to	kuanguka
adj.	FALSE	-a uongo
verb	falsify, to	kugeuza kwa uongo
n.	fame	sifa
n.	family	jamaa
n.	famine	njaa kuu
adj.	famous	mashuhuri
adv.	far	mbali
prep.	far from	mbali na
n.	fare, price	nauli
verb	farewell, to bid	kuaga
n.	farmer	mlimaji (pl. walimaji)
adv.	farther	mbali zaide

parts of speech	english	swahili
adj.	fast	upesi
verb	fast, to	kufunga chakula
n. & adj.	fat	1. -nene 2. mafuta
n.	father	baba
n.	father (my)	babangu
n.	fatigue	uchovu
n.	fault	hatia
n.	favorite	kipenzi
n.	fear	woga
verb	fear, to	kuogopa
adj.	fearful	-a hofu
adj.	fearless	-a jasiri
verb	feasible, to be	kuwezekana
n.	feast	karamu
n.	feather	nyoya
n.	February	Februari; mwezi wa pili wa mwaka wa kizungu
adj.	feeble	dhaifu
verb	feed, to	kulisha
phrase	Feel at home.	Starehe.
verb	feel, to	kupapasa
n.	feelings	maono
n.	fellowship	ushirika
n.	female	mwanamke (pl. wanawake)
adj.	feminine	-a kike
n.	fence	ugo (pl. nyugo)
adj.	fertile	-enye rutuba
n.	fertilizer	mbolea
n.	fetus	mimba
n.	feud	uadui
n.	fever {He has a high fever.}	homa {Ana homa.}
adj.	few	-chache
n.	fiancé	mchumba
n.	fiction	hadithi tu
n.	field	shamba (pl. mashamba)
n.	fifteen	kumi na tano
adj.	fifth	-a tano
adj. & n.	fifty	hamsini
n.	fig	tini
n.	fig tree	mtini
verb	fight, to	kupigana

47

parts of speech	english	swahili
verb	fill, to	kujaza
verb	filter, to	kuchuja
n.	filth	uchafu
adv.	final	-a mwisho
adv.	finally	mwisho
verb	find, to	kukuta
adj.,adv.	fine	-zuri
n.	fine (i.e. to pay a)	faini
n.	finger	kidole (pl. vidole)
n.	finger, index	kidole cha shahada
n.	finger, little	kidole cha mwisho
n.	finger, middle	kidole cha kati
n.	finger, ring	kidole cha pete
n.	fingernail	ukucha (pl. kucha)
verb	finish, to	kumaliza
n.	fire	moto (pl. mioto)
n.	fireplace	mahali nyumbani pa kukokea moto
n.	firewood	ukini (pl. kuni)
adv.	firmly	imara
adj.	first	-a kwanza
n.	fish	samaki
verb	fish, to	kuvua
n.	fish-hook	ndoana
n.	fisherman	mvuvi (pl. wavuvi)
n.	fist	ngumi
adj. & n.	five	tano
n.	five hundred	mia tano
n.	five thousand	elfu tano
verb	fix, to	kukaza
adj.	flabby	-tepetevu
n.	flag	bendera
n.	flank, waist, hip	kiuno (pl. viuno)
verb	flap wings, to	kupiga mabawa
verb	flash, to	kumulika ghafula
adj.	flat	-pana; sawa
verb	flatter, to	kubembeleza
n.	flavor	ladha
verb	flavor, to	kukoleza
n.	flaw	kombo
n.	flea	kiroboto (pl. viroboto)
verb	flee, to	kukimbia

parts of speech	english	swahili
n.	flesh (to have goose bumps)	nyama (kimbibi)
n.	flimsy	hafifu
verb	float, to	kuelea
n.	flock (of sheep)	kundi (pl. makundi)
n.	flood	1. gharika 2. mafuriko
n.	floor	sakafu ya chini
n.	flour	unga
verb	flourish, to	kusitawi
verb	flow, to	kutiririka
n.	flower	ua (pl. maua)
n.	flu	fluu
verb	fluctuate, to	kupanda na kushuka
n.	fly	inzi (pl. mainzi)
verb	fly, to	kuruka
n.	foam	povu
n.	fog	umande
verb	fold, to	kukunja
verb	follow, to	kufuata
n.	folly	ujinga
verb	fond of, to be	kupenda
n.	food	chakula (pl. vyakula)
n.	fool	mpumbavu (pl. wapumbavu)
verb	fool, to	kudanganya
adj.	foolish	-jinga
n.	foot	mguu (pl. miguu)
n.	football (U.S. soccer ball)	mpira (wa miguu)
n.	footstep	hatua
interj.	For pity's sake!	Wapi!
prep.	for, by, with	kwa
verb	forbid entry, to	Kujitafutiya kuingiya.
verb	forbid, to	kukataza
n.	forbidden	marufuku
verb	force, to	kushurutisha
n.	ford	kivuko (pl. vivuko)
n.	forehead	paji la uso
n.	foreigner	mgeni (pl. wageni)
n.	forerunner	mtangulizi (pl. watangulizi)
verb	foresee, to	kutazama mbele
n.	forest	mwitu
verb	foretell, to	kutabiri
adv.	forever	milele

49

parts of speech	english	swahili
verb	forget, to	kusahau
adj.	forgetful	-sahaulifu
verb	forgive, to	kusamehe
n.	forgiveness	masamaha
n.	fork	uma (pl. nyuma)
adv.	formerly	zamani
verb	forsake, to	kuacha
verb	fortify, to	kuongeza nguvu
adj.	fortunate	-a heri
n.	fortune, good	bahati
n.	fortune, luck	bahati
adj. & n.	forty	arobaini
n.	foundation	msingi (pl. misingi)
n.	fountain	bomba la kurushia maji juu
adj. & n.	four	nne
n.	four hundred	mia nne
n.	fourteen	kumi na nne
adj.	fourth	-a nne
n.	fowl	kuku
n.	fox	mbweha
n.	fracture	mvunjo
adj.	fragile	dhaifu
n.	fragment	kipande kidogo
n.	fragrance	harufu tamu
n.	franc	sarafu ya kifaransa
adj.	free	huru
adj.	free (no charge)	bure
n.	freedom	uhuru
adv.	freely	bila sharti
n.	French	Wafaransa (people, Kifaransa (language)
n.	French person	mfaransa (pl. wafaransa)
adj.	frequent	-a mara nyingi
adv.	frequently	mara kwa mara
adj.	fresh, cool	-bichi
n.	Friday	Ijumaa
n.	friend	rafiki (pl. marafiki)
adj.	friendly	-zuri
n.	friendship	urafiki
verb	frighten, to	kuogofya
n.	fringe	matamvua
adj.	frivolous	pasipo maana

50

parts of speech	english	swahili
n.	frog	chura (pl. vyura)
prep.	from, (time)	toka
prep.	from...to (place)	toka...hata
prep.	from...to (time)	tangu...hata
adv.	front of, in	mbele
n.	frontier (border)	mpaka (pl. mipaka)
n.	froth, foam	povu
verb	frown, to	kukunja uso
adj.	frugal	-wekevu
n.	fruit	tunda (pl. matunda)
verb	fry, to	kukaanga
verb	fulfill, to	kutimiza
verb	full, to be (not hungry)	kujaa
adv.	fully	kabisa
n.	fun	furaha
n.	funeral	maziko
n.	funnel	mrija
adj.	funny	-a kuchekesha
n.	fur	ngozi laini ya manyoya
adj.	furious	-enye hasira nyingi
verb	furnish, to	kupamba nyumba
adv.	further	mbele zaidi
adv.	furthermore	zaidi
verb	fuss, to	kujisumbua bure
adj.	futile	bure
n.	future	wakati ujao
n.	gain	faida
verb	gain, to	kupata faida
n., med	gallbladder	nyongo
verb	gamble, to	kuchezea fedha
n.	game	mchezo (pl. michezo)
n.	game, wild	mawindo
n.	gap	mwanya
n.	garbage	takataka
n.	garden	shamba (pl. mashamba)
n.	gardener	mtunza bustani
verb	gargle, to	kusukutua kooni
n.	garlic	kitunguu saumu
n.	garment	nguo
n.	gas	mvuke kama hewa
verb	gasp, to	kutweta

51

parts of speech	english	swahili
n.	gastritis	ugonjwa mmojawapo wa tumbo
n.	gate	mlango wa nje
verb	gather, to	kuchuma
n.	gathering	mkutano
n.	gazelle	1. mpala 2. paa
adj. & n.	general	mkuu wa jeshi
adv.	generally	kwa kawaida
n.	generation	kizazi (pl. vizazi)
n.	generosity	ukarimu
adj.	generous	-karimu
n.	genius	mwenye akili maalum
adj.	gentle	-pole
n.	gentleman	mwungwana (waungwana)
adv.	gently	polepole
adj.	genuine	hasilia
n.	German	Mjeremani (person), Kidachi
verb	germinate, to	kuchipuka
verb	get off, to	kushuka
verb	get up, to	kusimama
verb	get, to; to be given	kupata
n.	ghost	roho, kizuka
n.	giant	jitu (pl. majitu)
n.	gift	zawadi
n.	ginger	tangawizi
n.	giraffe	twiga
n.	girl	msichana (pl. wasichana)
n.	girlfriend	mpenzi (pl. wapenzi)
verb	give back, to	kurudisha
verb	give birth, to	kuzaa
verb	give in, to	kushindwa
verb	give, to	kupa
verb	give, to	kutoa
verb	glad, to be	kufurahi
n.	glance	kutupa jicho
n.	glass	kioo (pl. vioo)
n.	glasses (eye)	miwani
n.	glucose	sukari
n.	glue	gundi
n.	glue	sherizi
n.	glutton	mlafi (pl. walafi)
verb	go away, to	kuondoka

52

parts of speech	english	swahili
verb	go before, to	kutangulia
phrase	go out (fire) , to	kuzimika
verb	go, to	kwenda
verb	go, to; to leave	kwenda; kuondoka
n.	goal	kikomo
n.	goal (as in football)	mlango (pl. milango)
n.	goat	mbuzi
n.	God	Mungu
n.	gold	dhahabu
n. med	gonorrhea	kisonono
adj.	good	-ema
phrase	Good-bye.	Kwa heri.
adj.	good-for-nothing	-a bure
n.	good-night	kwa heri
n.	goodness	wema
n.	gorilla	maheshe
n.	Gospel	Injili
n.	gossip	porojo
n.	gourd	buyu (pl. mabuyu)
verb	govern, to	kutawala
n.	government	serkali
n.	gown	kanzu
verb	grab, to	kunyakua
n.	grace	neema
n.	grain	nafaka
n.	grandchild	mjukuu (pl. wajukuu)
n.	grandfather	babu
n.	grandmother	mama mkuu; nyanya
verb	grant, to	kujalia
n.	grape	zabibu (pl.)
n.	grass	majani (pl.)
n.	grasshopper	panzi (pl. mapanzi)
n.	grave	kaburi (pl. makaburi)
n.	gravel	changarawe
n.	gravity	uzito
n.	gravy	mchuzi (pl. michuzi)
verb	graze, to	kulisha
n.	grease	mafuta
adj.	great	-kubwa
n.	greatness	ukubwa
n.	greed	choyo

53

parts of speech	english	swahili
adj.	greedy	-lafi
adj.	green (color)	-a rangi ya majani; kijani
adj.	green (unripe)	-bichi
verb	greet, to	kusalimu
n.	greetings	salamu
adj.	grey	kijivu
n.	grief	huzuni
verb	grieve, to	kusikitika
verb	grind, to	kusaga
n.	groan	mauguzi
verb	groan, to; to wail	kuugua
n.	groceries	vyakula
n.	groin	mamena
n.	ground	ardhi
n.	ground nut, peanut	karanga
n.	group	kundi (pl. makundi)
verb	grow, to	kuota
verb	growl, to	kunguruma
verb	grumble, to	kunungunika
n.	guarantee	rahani
n.	guard	mlinzi (pl. walinzi), zamu
verb	guard, to	kuchunga, kulinda
n.	guava	pera
verb	guess, to	kukisi
n.	guest	mgeni (pl. wageni)
n.	guest room	chomba cha mgeni
n.	guide	kiongozi (pl. viongozi)
n.	guilt	hatia
adj.	gullible	-jinga
n.	gun	bunduki
n.	gurgling (sound made when drinking water)	guru
n.	gutter	mchirizi
n.	habit	desturi, mazoea
n.	hail	mvua ya mawe
n.	hair (of human) {I want a haircut.}	unywele (pl. nywele) {Nataka kutaka nywele.}
n.	hairbrush	burashi ya nywele
n.	half	nusu
n.	hallucination	mazigazi
n.	halo	uzingo

parts of speech	english	swahili
n.	hammer	nyundo
n.	hammock	machila
n.	hand	mkono (pl. mikono)
n.	hand, left	mukono wa kushoto
n.	hand, right	mukono wa kuume
n.	handcuffs	pinga ya mikono
n.	handkerchief	kitambaa
n.	handle	mpini, shikio
adj.	handsome	-zuri
verb	hang up, to	kutundika
verb	hang, to	kutungika
verb	happen, to	kupita
n.	happiness	heri
adj.	happy	-a furaha
phrase	Happy birthday.	Heri za siku kuu ya kuzaliwa.
verb	happy, to be	kufurahi
verb	happy, to make	kufurahisha
verb	harass, to	kutesa
adj.	hard	-gumu
n.	hardness, severity	ugumu
n.	hardship	mashaka
n.	hare	sungura
verb	harm, to	kudhuru
adj.	harmless	si -a shari
n.	harp	kinubi (pl. vinubi)
adj.	harsh	-kali
n.	harvest	mavuno (pl.)
verb	harvest, to	kuvuna
n.	hat	kofia
verb	hate, to	kuchukia
phrase	Have a good evening.	Magalibi mzuli.
phrase	Have a good morning.	Muchana muzuli.
phrase	Have a good night.	Usiku muzuli.
phrase	Have a good trip.	Safari njema.
verb	have a stool (bowel movement), to	kunya; kuenda choo
verb	have, to	kuwa na
adj.	hazardous	-a hatari
n.	haze	unyenyezi
pronoun	he	yeye
n.	head	kichwa (pl. vichwa)
n.	headache	maumivu ya kichwa

parts of speech	english	swahili
phrase	headache., I have a	Nina maumiva ya kichwa.
verb	heal, to; to cure	kupona
n.	health	afya
n.	health center	kituo cha afya
adj.	healthy	-enye afya
n.	heap	chungu
verb	hear, to	kusikia
n.	heart	moyo (pl. mioyo)
n.	heart attack	kushambuliwa na maradhi
n.	heartburn	kiungulia
n.	heat	joto, moto
verb	heat, to	kupasha moto
adj. & n.	heathen	mshenzi (pl. washenzi)
n.	heaven	mbinguni
adj.	heavy	-zito
n.	hedge	ugo (pl. nyugo)
n.	heel	kisingino (pl. visingino)
n.	height	kimo, urefu
n.	hell	gehena
interj.	Hello.	Jambo.
n.	help	musaada
verb	help, to	kusaidia
adj.	helpful	-a kusaidia
adj.	helpless	hoi
n.	hemorrhage	kutoa damu
n.	hen	kuku
adv.	henceforth	tangu sasa
n.	hepatitis	uvimbi wa ini
adj & pr	her	yeye, -ake
n.	herd	kundi (pl. makundi)
adv.	here	hapa, huko
adv.	here (Here and there.)	hapa, huko (huko na huko)
adv.	here is	ndi
phrase	Here is my prescription for medicine.	Nina agizo la daktari.
adv.	hereafter	baadaye
phrase	hereditary trait	ufananaji wa mtoto na wazazi wake
n.	hero	shujaa
pronoun	herself	yeye mwenyewe
verb	hesitate, to	kusita
n.	hiccup	kwikwi
verb	hide, to	kuficha

parts of speech	english	swahili
adj.	hideous	-enye sura ya kuchukiza
adj.	high	-refu, -kuu
phrase	hiking, to go	kutembea parini
n.	hill	mlima (pl. milima)
pronoun	him	yeye
verb	hinder, to	kuzuia
n.	hinderance	kizuio (pl. vizuio)
n.	Hindu	hindi
n.	hinge	pata (pl. mapata)
n.	hippopotamus	kiboko (pl. viboko)
verb	hire, to	kuajiri
adj.	his	-ake
n.	history	hadisi
verb	hit, to	kupiga
phrase	hither and yon	mpaka sasa
n.	hoe	jembe (pl. majembe)
verb	hoe, to	kulima
verb	hold, to	kushika
n.	hole	tundu (pl. matundu)
verb	hollow out, to	kukomba
adj.	holy	-takatifu
n.	Holy Spirit	Roho Mtakatifu
prep.	home	nyumba
n	homeless	msikwao
adj.	homesick	hamu ya kwao
adj.	honest	-nyofu
n.	honesty	uaminifu
n.	honey	asali
n.	honor	heshima
verb	honor, to	kuheshimu
n.	hoof	ukwato (pl. kwato)
n.	hook	ndobani, kulabu
n.	hope	matumaini
verb	hope, to	kutumaini
n.	horizon	upeo wa macho
n.	horn (of animal)	pembe (pl. mapembe)
n.	horse	farasi
n.	hospital	hospitali
n.	hostility	uadui
adj.	hot	-a moto
n.	hot dry season	kiangazi

parts of speech	english	swahili
n.	hour	saa
n.	house (traditional)	nyumba
adv.	how	namna gani
phrase	How are you doing?	Mambo?
phrase	How are you?	Hujambo? (singular); Hamjambo? (plural)
phrase	How is your family?	Habari za nyumbani?
phrase	how long	kwa muda gani
phrase	How long have you been ill?	Umekuwa hivyo kwa muda gani?
phrase	how many	-ngapi
phrase	How many times?	Malangapi?
adv.	how much	-ngapi
phrase	How much does this cost?	Ni bei gani?
adv.	however	walakini
verb	hug, to	kukumbatia
adj.	human	-a mtu
adj.	humane	-enye huruma
verb	humble, to be	kunyenyekea
n., med	humerus	mfupa wa mkono katkati ya kiko na bega
n.	humility	unyenyekevu
adj. & n.	hundred (one hundred)	mia (mia moja)
n. & adj.	hundred thousand	laki
n.	hunger	njaa
adj.	hungry	-enye njaa
verb	hunt, to	kuwinda
n.	hunter	mwindaji (pl. waindaji)
n.	hurricane	zoruba
adv.	hurriedly	haraka
n.	hurry, haste	haraka
verb	hurry, to	kufanya haraka
n.	husband	mume (pl. waume)
n.	hyena	fisi
n.	hymn	wimbo (pl. nyimbo)
n.	hypocrisy	unafiki
n.	hysteria	ugonjwa wa akili
pronoun	I	mimi
phrase	I am full.	Nimeshiba.
phrase	I am going to the airport.	Ninakwenda uwanja wa ndege.
phrase	I am going to...	Ninakwenda...
phrase	I am happy.	Nisikia furaha.
phrase	I am hungry.	Nina njaa.

parts of speech	english	swahili
phrase	I am ill.	Mimi ni mgonjwa.
phrase	I am looking for...	Nataka...
phrase	I am not hungry.	Sisikii njaa.
phrase	I am thirsty.	Nasikia kiu.
phrase	I am tired.	Nasikia hafifu.
phrase	I cannot.	Siwezi.
phrase	I do not like...	Sipenda...
phrase	I do not want...	Sitaki...
phrase	I don't have money.	Sina pesa.
phrase	I don't have...	Sina...
phrase	I don't know.	Sijui.
phrase	I don't mind.	Ni mamoja kwangu.
phrase	I don't understand.	Naelewa.
phrase	I know.	Ninajua.
phrase	I like...	Ninapenda...
phrase	I need a nurse right away.	Nahitaji mwuguzi sasa.
phrase	I need...	Nahitaji...
interj.	I say... (look here)	Ati...
phrase	I speak a little Swahili.	Nasema kidogo Kiswahili.
phrase	I want something to treat diarrhea.	Nataka dawa kwa kuhara.
phrase	I want...	Nataka...
n.	ice	barafu
n.	idea	wazo
n.	idiot	juha
adj.	idle	-vivu
n.	idleness	uvivu
n.	idol	sanamu ya kuabudiwa
conj.	if	kama
n.	ignoramus	mjinga (pl. wajinga)
n.	ignorance	ujinga
verb	ignore someone to	kutoangalia
verb	ill, to be	1. kuwa mgonjwa 2. kuugua
n.	ill-will	husuda
adj.	illiterate	asiyefundishwa
n.	illness, disease, sickness, malady	ugonjwa (pl. maogonjwa)
n.	image	sura
verb	imitate, to	kuiga
adv.	immediately, right now	mara moja
verb	immerse, to	kuchovya
adj.	impartial	bila upendeleo
verb	impasse, to be at an	kutopitika

parts of speech	english	swahili
adj.	impatient	-enye haraka
verb	implore, to	kusihi
adj.	impolite	-sio adabu
n.	importance	maana
adj.	important	muhimu
verb	impossible to do, to be	kutowezekana
adj.	impotent	pasipo nguvu
verb	improve, to	kukuza hali
n.	improvement	maendeleo mazuri
adj.	impulsive	-enye haraka
prep.	in, into	katika
n.	in-laws	semeki
adj.	incapable	-sioweza
n.	inception	mwanzo (pl. mianzo)
n.	inch	inchi
n.	incident	tukio (pl. matukio)
verb	incise, to	kukata
n.	income	mpato
verb	increase, to	kuzidi
verb	inculcate, to	kufundisha
n.	indecision	kusita moyoni
adv.	indeed; in fact	kweli
verb	independent, to be	kujiangalia
n.	Indian	Mhindi
adj.	indiscreet	-a kukosa busara
adj.	inert	-tepetevu
n.	infancy	utoto
n.	infant	mtoto mdogo
n., med	infection	ambukizo
adj. & n.	inferior to	duni
n.	influence	mvuto
verb	inform, to	kufahamisha
adj.	infrequent	si mara nyingi
verb	inhabit, to	kukaa
verb	inherit, to	kurisi
n.	inheritance	uriti
n.	injection	dawa ya sindano
verb	injure, to	kudhuru
n.	injury	madhara
n.	ink	wino
n.	innocence	usafi

parts of speech	english	swahili
adj.	innocent	bila hatia
n.	inquiry	swali (pl. maswali)
adj.	insatiable	isiyotosheleka
n.	insect	mdudu (pl. wadudu)
verb	insert, to	kuingiza ndani
adv. prep.	inside	ndani ya
adj.	insignificant	duni
verb	insist, to	kushurutisha
n.	insolence	ufidhuli
verb	inspire, to	kutia moyoni
phrase	instance, for	kwa mfano
adj.	instantaneous	pale pale
adv.	instantly	mara moja
adv.	instead	badalya ya
verb	instruct, to	kufundisha
adj.	insubordinate	-ate
adj.	insufficient	haba
n.	insult	matusi (pl.)
verb	insult, to	kuzarau
n.	insurgent	mwasi
n.	intelligence	akili
adj.	intelligent	-enye akili
verb	intend, to	kukusudi
n.	intention	kusudi (pl. makusudi)
adv.	intentionally	kwa kusudi
n.	interim	muda wa kati
n.	interior	upande wa ndani
adj.	interminable	-a daima
verb	interpret, to ask to	kufasiri
n.	interpreter	mkalimani
verb	interrogate, to	kuulizauliza
verb	interrupt, to	kudakiza
n.	interruption	madakizo
n., med	intestinal worms	minyoo
n., med	intestines	matumbo (pl.)
verb	intimidate, to	kutisha
n.	intimidation	kitisho
verb	intoxicated, to be	kulewa
verb	introduce (something new), to	kuingiza
verb	invade, to	kushambulia
adj. & n.	invalid	mgonjwa (pl. wagonjwa)

61

parts of speech	english	swahili
verb	invent, to	kuvumbua
n.	inventor	mtungaji (pl. watungaji)
verb	investigate, to	kupeleleza
n.	investigation	kuchungua
verb	invigorate, to	kutia nguvu
verb	invite, to	kualika
n.	iron (for clothes)	pasi
n.	iron (ore)	chuma
verb	iron, to	kupiga pagi
adj.	irrational	isiyo na maana
adj.	irregular	si ya kawaida
adj.	irrelevant	isiyohusu
verb	irritate, to	kuudhi
n.	irritation	kuwasho
verb	is (to be)	ni
phrase	Is it close?	Ni karibu?
phrase	Is it far?	Ni mbali?
n.	island	kisiwa (pl. visiwa)
phrase	It does not matter.	Hamna shida. Hapana maneno.
phrase	It is good.	Nzuri kabisa.
pronoun	it, that (That is right.)	ile, kile, vile (Ndivyo.)
n	itch	upele
verb	itch, to	kuwasha
pronoun	itself	-enyewe
phrase	I'm fine.	Sijambo
phrase	I've got a headache.	Nina maumiva ya kichwa.
phrase	I've have a stomach ache.	Tumbo yangu inauma.
n.	jackal	mbweha
n.	jacket	koti (pl. makoti)
n.	jail	kifungo (pl. vifungo), gereza
n.	January	Januari; mwezi wa kwanza wa mwaka wa kizungu
n.	jar (container/shock)	chupa
n.	jaundice	safura
n.	jaw	taya (pl. mataya)
adj.	jealous	-wivu
n.	jealousy	wivu
n.	Jesus	Yesu
n.	jewel	johari
n.	job	kazi
verb	join, to (things, group)	kuunga

62

parts of speech	english	swahili
n.	joint (anatomy), articulation	kiungo (pl. viungo)
n.	joint (anatomy), articulation	ungo (pl. maungo)
n.	joint, link	kiungo (pl. viungo)
n.	joke	neno la kuchekesha
verb	joke, to (I'm only joking.)	kucheka (Natania tu.)
verb	jostle, to	kusukumana
n.	journal	gazeti (pl. magazeti)
n.	joy	furaha
n.	judge	mwamuzi (pl. waamuzi)
verb	judge, to	kuhukumu
n.	judgement	hukumu
n.	jug	mtungi (pl. mitungi)
n.	July	Julai; mwezi wa saba wa mwaka wa kizungu
verb	jump, to	kuruka
n.	June	Juni; mwezi wa sita wa mwaka kizungu
n.	jungle	mwitu
n.	justice	haki
verb	keep on, to	kuendelea
verb	keep, to	kuweka
n.	ketchup	mchuzi wa nyanya
n.	key {I lost my keys.}	ufunguo (pl. funguo) {Nilipoteza funguo.)
phrase	kick	teke (pl. mateke)
verb	kick, to	kupiga teke
n., med	kidney	figo (pl. mafigo)
verb	kill, to	kuua
n.	kiln	tanuu
n.	kin	jamaa
n.	kind (species)	namna
n.	kindness	fadhili
n.	king	mfalme (pl. wafalme)
n.	kingdom	ufalme
verb	kiss, to	kubusu
n.	kitchen	jiko
n.	kite	tiara
verb	knead (as in bread), to	kukanda
n	knee	goti (pl. magoti)
n.	knee cap	pia ya goti
verb	kneel, to	kupiga magoti
n.	knife	kisu (pl. visu)

parts of speech	english	swahili
verb	knit, to	kusuka
verb	knock, to	kugonga
n.	knot	fundo (pl. mafundo)
verb	knot, to tie a	kupiga fundo
verb	know, to	kujua
n.	knowledge	maarifa
n.	knuckles	konzi
n.	laboratory	nyumba ya sayansi
n.	lace	nguo ya kimia
adj.	lacking	-tovu
n.	ladder	ngazi
n.	lady	bibi
n.	lair	malalo ya mnyama wa mwitu
n.	lake	ziwa (pl. maziwa)
n.	lamp	taa
n	land	nchi
n.	language	lugha
adj.	large	-kubwa
n., med	laryngitis	ugonjwa wa kuumia kikoromeo
n., med	larynx	kikoromeo
adj.	last	-a mwisho
phrase	last year	mwaka wa jana
verb	late, to be	kuchelewa
adv.	lately	siku hizi
adv.	later	baadaye
verb	laugh, to	kucheka
n.	laughter	kicheko
n.	laundry	kiwanda cha dobi
n.	law	sheria
adj.	lawful	halali
n	lawsuit	kesi
n.	lawyer	mwana sheria
verb	lay, to	kuweka, kulaza
n.	laziness	uvivu
adj.	lazy	-vivu
n.	lazy person	mvivu (pl. wavivu)
verb	lead, to	kuongoza
n.	leader	kiongozi (pl. viongozi)
n.	leaf	jani
verb	leak, to	kuvuja
verb	lean on, to	kuegemea, kutegemea

64

parts of speech	english	swahili
verb	leap, to	kuruka
verb	learn, to	kufundishwa, kujifunza
adj.	learned	-enye elimu
adj.	least	-dogo kabisa
phrase	least, at	lakini
verb	leave of, to take	kuaga
verb	leave, to	kuacha
n.	leaven	chachu
n., adj.	left	upande wa kushuto; -a kushoto
n.	leg	mguu (pl. miguu)
verb	legalize, to	kuhalalisha
n.	legend	hekaya
n.	lemon	limau (pl. malimau)
verb	lend, to	kukopesha
n.	length (dimension, time)	urefu
verb	lengthen, to	kuongeza urefu
n.	leniency	huruma
n.	leopard	chui
n.	leper	mwenye ukoma
n.	leprosy	ukoma
n.	lesson	somo (pl. masomo)
verb	let, to	kuacha
n.	letter (as in, I wrote a letter to a friend.)	barua
n.	letter (of alphabet)	herufi
n.	lettuce	saladi
phrase	Let's go!	Basi, safari!
adj.	level	sawa
n.	liability	madaraka
n.	liar	mwongo (pl. waongo)
verb	liberate, to	kufanya huru
n.	liberty, freedom	uhuru
n.	library	jamii ya vitabu
n.	lice	chawa
n.	license	ruhusu
verb	lick, to	kulamba
n.	lid	kifuniko (pl. vifuniko)
verb	lie down, to	kulala
n.	lie, falsehood	uwongo
verb	lie, to	kusema uongo
n.	life	maisha, udogo

65

parts of speech	english	swahili
verb	lift, to	kuinua
adj.	light	-epesi
n.	light	nuru
verb	light (kindle), to	kuwasha
n.	lightning	umeme
prep.	like	kama
verb	like, to	kupenda
verb	like, to be	kufanana na
n.	likeness	mfano (pl. mifano)
n.	lime (fruit)	ndimu
n.	lime (substance)	chokaa
n.	limit, boundary	mpaka (pl. mipaka)
verb	limit, to	kuweka mpaka
n.	limitation	mpaka (pl. mipaka)
n.	line	mstari (pl. mistari)
n.	lion	simba
n.	lip	mdomo (pl. midomo)
verb	listen, to	kusikiliza
n. & adv	little	-dogo
phrase	little by little	kidogo kwa kidogo
verb	live to	kuishi
n.	livelihood	maishilio
n.	liver	ini (pl. maini)
n.	liver	maini
n.	lizard	mjusi
n.	load	mzigo (pl. mizigo)
verb	load, to	kupakiza
n.	loan (borrowing)	mkopo
verb	loan, to	kukopesha
n.	locality	mahali fulani
verb	lock, to	kufunga
n.	locust	nzige
n.	lodging place	mahali pa kukaa
n.	log	gogo (pl. magogo)
n.	loneliness	upweke
adj.	long	-refu
adv.	long ago	zamani sana
verb	long for, to	kutamani
verb	look after, to	kutunza
verb	look for, to	kutafuta
interj.	Look!	Lino!

parts of speech	english	swahili
verb	look, to	kutazama
n.	lord	maulana
verb	lose weight, to	kukondesha
verb	lose, to	kupoteza
n.	loss	hasara
verb	lost, to be	kupotea
n.	love	mapendo
verb	love, to	kupenda
adj.	low	-fupi
adj.	lower	chini zaidi
verb	lower, to	kushusha
n.	lozenge	kidonge cha kufyonza
n.	lubricant	mafuta
adj.	lucky	-a bahati njema
n.	luggage	mizigo
adj.	lukewarm	uvuguvugu
n.	lullaby	kitumbuizo
n., med	lumbago	maumivu ya viunoni
n.	lump	bonge
n.	lunatic	mkichaa
n.	lunch	chakula cha mchana
n.	lung	pafu
n.	lust	tamaa
n.	luxury	anasa
n.	machete	panga (pl. mapanga)
n.	machine	mashini
adj.	mad (insane)	-enye wazimu
n.	maggot	buu (pl. mabuu)
n.	magic	uganga
verb	magnify, to	kukuza
n.	magnitude	ukubwa
n.	mahogany	mkangazi
n.	maid	mwanamwali
n.	mail	posta
verb	maintain, to	kushika
n.	maintenance	msaada (pl. misaada)
n.	maize, corn	muhindi (pl. mihindi)
n.	majesty	enzi
n.	majority	wingi
verb	make believe, to	kujifanya
verb	make good, to	kufaulu

67

parts of speech	english	swahili
verb	make sure, to	kuhakikisha
verb	make up, to	kubuni
verb	make, to	1. kufanya 2. kufanyiza
n.	malaria	homa ya mbu
adj. & n.	male	mwanamume (pl. wanaume)
n.	malice	kijicho
verb	malign, to	kusingizia
n.	malnutrition	ukosefu wa chakula chema
n.	mama	mama mzazi
n.	man	1. mwanadamu (pl. wanadamu) 2. mwanaume (pl. wanaume)
verb	manage, to	kuamuru
n.	manager	msimamizi (pl. wasimamizi)
n.	mange	upele wa mbwa
n.	mango (fruit)	embe (pl. maembe)
n.	manifestation	ufunuo
n.	manner	jinsi
n.	manners, good	adabu
adj.	many	-ingi
n.	map	ramani
n.	March	Machi; mwezi wa tatu wa mwaka wa kizungu
n.	mark	alama
verb	mark, to	kutia alama
n.	market	soko (pl. masoko)
n.	marriage	ndoa
phrase	marriage proposal	kuposa
verb	marry, to	1. kuoa (man) 2. kuolewa (woman)
n.	martyr	shahidi
verb	mash, to	kuseta
n.	mason	mwashi
n.	master	mwalimu (pl. walimu)
verb	master, to	kushinda
n.	mat	jamvi
n.	mat, grass woven	mkeka (pl. mikeka)
n.	match	kiberiti (pl. viberiti)
n.	mate (a pair of things), companion	mwenzi (pl. wenzi)
n.	math	elimu ya hesabu
n.	mattress	godoro (pl. magodoro)
adj. & n.	maximum	kipeo
n.	May	Mei; mwezi wa tano wa mwaka wa kizingu

parts of speech	english	swahili
adv.	maybe	labda
pronoun	me	mimi
n.	meal	chakula (pl. vyakula)
verb	meal, to have (to eat)	kula
n.	meaning	maana
adj.	meaningless	bila maana
n.	means (of doing something)	njia
n.	measles	surua
verb	measure, to	kupima
n.	measurement	kipimo (pl. vipimo)
n.	meat	nyama
n.	mechanic	fundi wa mashine
phrase	meddler	mdukizi
n.	medication; medicine	dawa
phrase	medicine, practice of	uganga
verb	meditate, to	kutafakari
adj.	medium	-a kadiri
adj.	meek	-pole
verb	meet, to	kukutana
n.	meeting	mkutano (pl. mikutano)
phrase	meeting place	kiagano
verb	melt, to (sugar)	kuyeyusha
n.	member	kiungo (pl. viungo)
verb	memorize, to	kujifunza kwa moyo
n.	memory	uwezo wa kukumbuka
verb	mend, to	kutengeneza
n., med	meningitis	ugonjwa wa ngozi inayufunika ubongo
n., med	menopause	wakati wa mwanamke kuingia ugumba
verb	menstruate, to	kuingia mwezini
n.	menstruation	hedhi
verb	mention, to	kutaja
n.	menu	orodha ya vyakula
adj. & n.	mercenary	askari mgeni wa mshahara
n.	mercy	rehema
adv.	merely	tu
verb	merit, to	kustahili
n.	message	maneno
n	messenger	mjumbe (pl. wajumbe)
n.	metal	madini
n.	meter	meta
n.	method	kawaida

parts of speech	english	swahili
n.	middle	kati
n.	midnight	saa sita usika
n.	midwife	mkunga
adj.	mild	-pole
n.	mildew	kawa
n.	mile	maili
n.	milk	maziwa (pl.)
verb	milk, to	kukama
n.	millet	mtama (pl. mitama)
verb	mimic, to	kuiga
n.	mind	akili
n.	minute	dakika
phrase	minute., Just a	Ngo jasaa kidogo.
n.	miracle	mwujiza
n.	mirror	kioo (pl. vioo)
verb	misbehave, to	kukosa adabu
verb	miscalculate, to	kufikiri yasivyo
n.	miscarriage	kuharibika mimba
adj.	miscellaneous	-a namna nyingi
n.	mischief	fitina
n.	miser	bahili
n.	misery	huzuni
n.	misfortune	bahati mbaya
n.	misgiving	shaka
verb	misjudge, to	kupima visivyo
n.	Miss	mwali
verb	miss, to	kukosa
n.	mist	ukungu
n.	mistake	kosa (pl. makosa)
verb	mistrust, to	kushuku
verb	mix, to	kuchanganya
n.	mixture	mchanganyiko (pl. michanganyiko)
verb	moan, to	kuugua
verb	mock, to	kudhihaki
n.	mockery	dhihaka
adv.	moderately	si sana
verb	modify, to	kugeuza kidogo
n.	moisture	rutuba
n.	mole	fuko
n.	moment	nukta
n.	Monday	Jamatatu

70

parts of speech	english	swahili
n.	money	feza
n.	money	pesa
n.	monitor lizard	kenge
verb	monitor, to	kuhakiki
n.	monk	mtawa mwanamume
n.	monkey	kima
verb	monopolize, to	kujishikia yote
n.	monotony	kuchosha
n.	month	mwezi (pl. miezi)
n.	moon	mwezi (pl. miezi)
adv.	more	zaidi
adv.	moreover	zaidi ya hayo
adj.	moribund	-a kufani
adv. n.	morning	asubuhi
n.	mosquito	mbu
n.	mosquito net	chandalua (pl. vyandalua)
adj.	most	kupita yote
adv.	mostly	zaidi
n.	moth	nondo
n.	mother	mama mzazi
adj.	motionless	kimya
n.	motive	kusudi (pl. makusudi)
adv.	motorcycle	pikipiki
n.	mound	chungu
n.	mountain	mlima (pl. milima)
adj.	mountainous	-enye milima mingi
verb	mourn, to	kuomboleza
n.	mourning	kilio
n.	mouse	panya mdogo
n.	mouth	kinywa (pl. vinywa)
verb	move, to	kujongea
verb	move, to	kusukuma
verb	move, to (dwelling)	kuhama
n.	movement	mwendo (pl. miendo)
n.	movie theater	filamu
verb	mow, to	kukata majani
n.	Mr.	bwana
n.	Mrs.	bibi
adj & pr	much	-ingi
n.	mud	matope
verb	multiply, to	kuzidisha

71

parts of speech	english	swahili
verb	mumble, to	kumumunya maneno
n.	mumps	matubwitubwi
n.	murder	uuaji
n.	murderer	mwuaji (pl. waji)
n.	muscle	mshipa
n.	mushroom	kiyoga (pl. viyoga)
n.	music	muziki
verb	must	lazima
adj.	mute (without speech)	bila sauti
adj.	my (my children)	-angu (wana wangu)
phrase	My name is...	Jina langu ni...
pronoun	myself	mimi mwenyewe
n.	mystery	siri, fumbo
n.	nail (metal)	msumari (pl. misumari)
verb	nail, to	kupiga musumari
n.	nakedness	uchi
n.	name	jina (pl. majina)
n.	name, first	jina la kupanga
verb	name, to	kutaja
n.	nap	usingizi mfupi
n.	napkin	kitambaa
verb	narrate, to	kusimulia
n.	narrative	masimulizi
adj.	narrow	-embamba
adv.	narrowly	kwa shida
n.	nasal mucous	makamasi
adj.	nasty	-a kuchukiza
n	nation	taifa (pl. mataifa)
n.	nationality	taifa la mtu fulani
n.	native	mwenyeji (pl. wenyeji)
adv.	naturally	bila shaka
n.	nature	maumbile
n., med	nausea	ugagazi
adv. prep.	near	karibu na
adj.	nearby	karibu
n.	necessity	lazimu
n.	neck	shingo (mashingo)
n.	need	haja
verb	need, to	kuhitaji
n.	needle	sindano
verb	neglect, to	kutoangalia

72

parts of speech	english	swahili
n.	negligence	uzembe
n.	neighbor	jirani
n.	neighborhood	ujirani
conj.	neither...nor	wala...wala
n.	nephew	mpwa (pl. wapwa)
n.	nerve	mshipa (pl. mishipa)
n.	nest	kioto (pl. vioto)
n.	net	wavu (pl. nyavu)
adv.	never	kamwe
phrase	never mind	haidhuru
interj.	Never!	Kamwe!
adv.	nevertheless	walakini
adj.	new	-pya
n.	New Testament	Agano Jipya
n.	news	habari
adj.	next	-a kufuata
phrase	next month	mwezi kesho
adv.	next to	kando
phrase	next week	juma kesho
phrase	next year	mwaka wa kesho
verb	nibble, to	kumega
adj.	nice	-ema
phrase	Nice to meet you. (one person)	Nafurahi kukufahamu.
n.	nickname	jina la utani
n.	niece	mpwa wa kike
n.	night	usiku
n.	night, all	usiku kucha
adv.	night, last	usiku wa leo
adj.	nine	tisa; kenda
n.	nine hundred	mia kenda
n.	nineteen	kumi na tisa
n.	ninety	tisini
n.	ninety-one	tisini na moja
n.	ninety-two	tisini na mbili
adj.	ninth	-a kenda
adj., adv.	no	hapana, siyo
pronoun	no one	si mtu
phrase	No problem.	Hamna shida.
n.	noise	makelele
verb	noise, to make	kupiga kelele
adj.	noisy	-enye makelele

73

parts of speech	english	swahili
pronoun	none	hata moja
n.	nonsense	upuzi
n.	noon	adhuhuri
adv.	normally	kwa kawaida
n.	north	kaskazini
n.	nose	pua
n.	nostril	tunda la pua
adv.	not (am not, are not, is not)	si
phrase	Not at all!	Hata kidogo!
interj.	Not possible!	Haiwezekani!
adv.	not so; (that is not so)	sivyo
phrase	not the same	wala
adv.	not yet	bado
n.	note	barua fupi
verb	note, to	kuangalia
pronoun	nothing	si kitu
n.	notice	tangazo (pl. matangazo)
verb	notice, to	kuangalia
verb	notify, to	kujulisha
verb	nourish, to	kulisha vcma
n	nourishment	maakuli mema
n.	November	Novemba
adv.	now	sasa
phrase	now and then, occasionally	mara kwa mara
adv.	now, right	sasa hivi
adv.	nowhere	si mahali po pote
adj.	nude	-tupu
n.	nuisance	udhia
phrase	numb, to be	kufa ganzi
n.	number	1. idadi 2. hesabu
n.	numbness	ganzi
adj.	numerous	-ingi
n.	nun	mtawa wa kike
n.	nurse	mwuguzi
verb	nurse, to (suckle)	kunyonyesha
interj.	O.K!	Haya!
interj.	O.K.	Nakubali.
n.	oar	kasia (pl. makasia)
n.	oath	kiapo (pl. viapo)
adj.	obedient	-sikivu
verb	obese, to become	kunenepa

74

parts of speech	english	swahili
verb	obey, to	kutii
n.	objection	pingamizi
n.	obligation	wajibu
adj.	obnoxious	kuchukiza
n.	obscenity	upujufu
verb	observe, to	kutazama
n.	obstacle	kizuio (pl. vizuio)
adj.	obstinate	-kaidi
verb	obstruct, to	kupinga
n.	obstruction	zuio (pl. mazuio)
verb	obtain, to	kupata
adj.	obvious	dhahiri
n.	occasion	mara
n.	occiput	kogo
verb	occupy, to	kukalia
verb	occur, to	kutukia
n.	occurrence	matukio
n.	ocean	bahari kuu
n.	October	Oktoba
n.	octopus	pweza
prep.	off	katika
interj.	Off with you!	Toka!
verb	offend, to	kuchukiza
verb	offer, to	kutolea
n.	offering	kipaji
n.	office	afisi
n.	offspring	mzao (pl. wazao)
adv.	often	mara nyingi
n.	oil	mafuta
n.	ointment	marhamu
adj.	old	-zee
n.	old man	mzee (pl. wazee)
n.	old woman	kizee
n.	omen, bad	ndege mbaya
n.	omen, good	ndege njema
n.	omission	jambo lililoachwa
verb	omit, to	kukosa kutia
prep.	on	juu ya
adv.	once	mara moja tu
phrase	Once upon a time there was...	Hapo kale...
adj. & n.	one	moja

75

parts of speech	english	swahili
n.	one million	elfu mara elfu
n.	onion	kitunguu (pl. vitunguu)
adv.	only	tu
adj.	open	wazi
verb	open, to {Open the door.}	kufungua (Fungua mlango.)
adv.	openly	waziwazi
verb	operate (medical), to	kupasua mgonjwa
n.	operation (surgery)	utabibu wa kupasua
n.	opinion	rai
n.	opportunity	nafasi
adv.	opposite	kuelekeana
verb	oppress, to	kudhulumu
prep.	or	ama
n.	orange (fruit)	chungwa (pl. machungwa)
verb	ordain, to	kuagiza
n.	ordeal	jaribio kali
n.	order	amri (pl. amri)
verb	order, to	kuamuru
adv.	orderly	taratibu
adj.	ordinary	-a kawaida
n	organization	matengenezo
verb	organize	kutengeneza
n.	origin	asili
n.	orphan	yatima
adj & pr	other	-ingine
adv.	other side	ngambo
conj.	otherwise	ama sivyo
verb	ought (to have to), must	kupaswa
adj.	our (our children)	-etu (wana wetu)
pronoun	ourselves	sisi wenyewe
adv.	out	nje
n.	outcast	msikwao
n.	outcome	tokeo
n.	outhouse	kibanda cha nje
adv.	outside	nje
prep.	outside of	nje ya
adj.	outstanding	-a ajabu
prep.	over	juu ya
adv.	over there	pale
verb	overcharge, to	taka bei kubwa kuliko haki
verb	overcome, to; to defeat	kushinda

76

parts of speech	english	swahili
verb	overflow, to	kufurika
verb	overturn, to	kupinduka
n.	owl	bundi
verb	own, to	kumiliki
n.	pace	hatua
verb	pack, to	kufunganya
n.	packet	bahasha
n.	paddle	kafi
verb	paddle, to	kupiga kafi
n.	padlock	kufuli
adj. & n.	pagan	mtu asiye Mkristo
n.	page	ukurasa (pl. kurasa)
n.	pail	ndoo
n.	pain	maumivu (pl.)
verb	pain, to have; to suffer	kuuma
n.	paint	rangi
verb	paint, to	kupakaa
n.	palm of hand	kitanga cha mkono
n.	palm oil	mawese
n.	palm tree	mti wa jamii ya mnazi
verb	palpate, to	kugusa
n.	palpitation	papo la moyo
verb	pamper, to	kudekeza
n.	pan, cooking	sufuria (pl. masufuria)
n., med	pancreas	kongosho
n.	pandemonium	makelele mengi
n.	panic	woga mkuu
verb	pant, to	kutweta
n.	pants	suruali
n.	papa	baba
n.	papaya	papai
n.	paper	karatasi
n.	parable	mfano wenye mafundisho
n.	parallel	sambamba
n.	paralysis	kipooza
n.	parasite	kimelea
n.	pardon, forgiveness	usamehe
verb	pardon, to	kusamehe
n.	parent	mzazi (pl. wazazi)
phrase	parliament	halmashauri kuu
n.	parrot	kasuku

77

parts of speech	english	swahili
n.	part	kipande (pl. vipande)
verb	participate, to	kushiriki
n.	participation	ushirika
adv.	partly	kwa nusu
n.	partner	mshiriki katika kazi
n.	partnership	shirika
n.	party (entertainment)	karamu
verb	pass, to	kufaulu
n.	passenger	abiria
n.	passerby	mpitaji
n.	passport	ruhusa ya kupita
n.	past	-a zamani
verb	past, to go	kupita
n.	pastor	mchungaji wa roho
n.	pasture	malisho
n.	patch	kiraka (pl. viraka)
n.	path	njia ya kufikia
n.	patience	saburi
n.	patience	subira
adj.	patient	-vumilivu
adv.	patiently	kwa saburi
n.	patrimony	urithi
verb	patronize, to	kufadhili
n.	pattern	kilezo
n.	pause	kituo (pl. vituo)
verb	pause, to	kutua
n.	pay (noun)	ujira
verb	pay attention, to	kuangalia
verb	pay, to	kulipa
n.	payment	malipo
n.	pea	mbaazi (pl. mibaazi)
n.	peace	amani, salama
adj.	peaceful	-pole
n.	peak (mountain)	kilele (pl. vilele)
n.	peanut	karanga
n.	pearl	lulu (pl. malulu)
n.	peasant	mkulima (pl. wakulima)
n.	pebble	makokoto (pl.)
verb	peddle, to	kuchuuza
verb	peel, to	kumenya
n.	peelings	maganda (pl.)

parts of speech	english	swahili
n.	pencil	kalamu
verb	penetrate, to	kupenya
n.	penis	mboo
n.	penis	uume
n.	pension	malipo ya uzeeni
n.	pepper	pilipili manga
adj.	perfect	kamili
n.	perfection	ukamilifu
n.	perfume	manukato
adv.	perhaps	labda
n.	period (of time)	kipindi (pl. vipindi)
n.	period (of time)	muda
n.	period, to have (female)	hedhi
verb	perish, to	kuharibika
n.	permission	ruhusa
verb	permit, to	kuruhusu
n.	perplexity	mashaka
verb	persecute, to	kutesa
n.	persecution	mateso
n.	persecutor	mtesi (pl. watesi)
n.	perseverance	udumu
n.	person	mtu (pl. watu)
n.	perspiration	jasho
verb	persuade, to	kushawishi
verb	pester, to	kuudhi
n.	petroleum	mafuta ya motakaa
n.	pharmacy	duka la mwuza dawa
n.	phlegm	kohozi
n.	photograph	picha iliyopigwa kwa kamera
verb	photograph, to	kupiga sanamu
n.	phrase	fungu la maneno machache
n.	piano	kinanda (pl. vinanda)
verb	pick up, to	kuokota
verb	pick, to	kuchuma
n.	picture	picha, sanamu
n.	piece	kipande (pl. vipande)
n.	piece of cloth used to carry baby on one's back	mbeleko
verb	pierce, to	kuchoma
n.	pig	nguruwe
n.	pigeon	njiwa

parts of speech	english	swahili
verb	pile, to	kupanganya
n.	pill	kidonge (pl. vidonge)
n.	pillar	nguzo
n.	pillow	mto (pl. mito)
n.	pimple	kipele (pl. vipele)
n.	pin	msumari (pl. misumari)
n.	pineapple	nanasi (pl. mananasi)
n.	pipe (hose)	bomba (pl. mabomba
n.	pipe (tobacco)	kiko (pl. viko)
n.	pit	shimo (pl. mashimo)
n.	pitcher	gudulia
n.	pity	huruma
verb	pity, to	kurehemu
n.	place	pahali (pl. pahali)
adv.	place of, in	badala ya
n., med	placenta	kondo la nyuma
n.	plain (near river)	tambarare
n.	plaintiff	mshitaki (pl. washitaki)
verb	plan, to	kuazimu
n.	planet	sayari
n.	plant	mmea (pl. mimea)
verb	plant, to	kupanda
n.	plantain	matoke
n.	plantation	shamba (pl. mashamba)
verb	plaster, to	kukandika
n.	plate	sahani
verb	play an instrument, to	sikuya vyombo vya nyimbo
verb	play, to	kucheza
n.	playground	kiwanja
verb	plead, to (court)	kuleta hoja
verb	please, to	kupendeza
phrase	Please.	Tafadhali.
n.	pleasure	anasa
n.	plenty	wingi
verb	plow, to	kulima
verb	plunder, to	kunyanganya
n.	poet	mshairi
n.	poetry	shairi (pl. mashairi)
n.	point	ncha
n.	poison	sumu
verb	poison, to	kutia sumu

parts of speech	english	swahili
n.	police agent	polisi (pl. mapolisi)
verb	polish, to	kung'arisha
n.	politeness	adabu
n.	pollution	uchafu
n.	pond	kiziwa (pl. viziwa)
verb	ponder, to	kufikiri
n.	pool	kidimbwi
adj.	poor	masikini
phrase	poor person	masikini
adj.	poorly	-gonjwa
n.	porch	baraza
n.	pork, hog	nyama ya nguruwe
n.	porridge	uji mzito
n.	porter	mchukuzi
n.	portion	sehemu
n.	portrait	picha ya mtu
n.	Portuguese (language)	kireno
verb	possess, to	kuwa na
verb	possible, to be	kuwezekana
adv.	possibly	labda
n.	post (mail)	posta
n.	post office	barua za posta
n.	postage stamp	ada ya posta
n.	pot (clay)	chombo (pl. vyombo)
n.	pouch, pocket	mfuko (pl. mifuko)
verb	pound, to; to crush	kutwanga
verb	pour, to	kumimina
n.	poverty	umasikini
n.	powder	unga
phrase	powdered milk	maziwa ya unga
n.	power (authority)	mamlaka
n.	power (strength)	uwezo
verb	practice, to	kuzoea
n.	praise	sifa
verb	praise, to	kusifu
verb	pray, to	kusali
n.	prayer	1. maombi 2. sala
verb	preach, to	kuhubiri
n.	preacher	mhubiri (pl. wahubiri)
adj.	precarious	-a hatari
verb	precede, to	kutangulia

parts of speech	english	swahili
adv.	precisely	sawasawa
n.	precursor	mjumbe (pl. wajumbe)
verb	predict, to	kutabiri
n.	preference	upendeleo
n.	pregnancy	mimba
verb	pregnant, to be	kuwa na mimba
n.	preparation	matengenezo
verb	prepare, to	kutayarisha
n.	present (gift)	zawadi
verb	preserve, to	kuhifadhi
verb	press, to	kubana, kusonga
n.	presumption	ujuvi
adj.	pretentious	-a fahari
adj.	pretty	-zuri
verb	prevent, to	kuzuia
n.	price	bei
n.	pride	kiburi, majivuno
n.	priest	kasisi (pl. makasisi)
n.	prince	mwana wa mfalme
adj.	principal (important)	-kuu
verb	print, to	kuchapa, kupiga chapa
adj.	prior to	-a kwanza
n.	priority	haki ya kutangulia
n.	prison	kifungo (pl. vifungo)
n.	prisoner	mfungwa (pl. wafungwa)
verb	probe, to	kuchungua
n.	problem?	matatizo?
n.	problems	hoja
n.	procrastination	kuahirisha
adj.	prodigal	-a potevu wa mali
verb	produce, to (fruit)	kutoa
n.	profession	kazi ya elimu
n.	professor	mwalimu mkuu
n.	profit (increase)	faida
adj.	profound	-refu
n.	progeny	wazao
n.	program	azimio la mambo ya kufanyika
n.	progress	maendeleo
verb	progress, to	kuendelea
verb	prohibit, to	kukataza
n.	project	azimio (pl. mazimio)

parts of speech	english	swahili
n.	promise	ahandi
verb	promise, to	kuahidi
adv.	prone position	kifudifudi
n.	proof	ushahidi
verb	propagate, to	kuzalisha
adv.	properly	vema
n.	property	mali
verb	prophesy	kutabiri
n.	prophet, seer	nabii (pl. manabii)
verb	prosecute, to	kuendesha
n.	prosperity	usitawi
n.	prostitute	malaya
verb	protect, to	kulinda
adj.	proud	-enye kiburi
n.	proverb	methali
adj.	provisional	-a kitambo
n.	provisions	riziki
n	provocation	uchokozi
verb	provoke, to	kuchokoza
n.	pruritus, itch	kiwasho
n.	psalm	zaburi
adj.	public	waziwazi
verb	publish, to	kutangaza
verb	pull down, to	kuangusha
verb	pull out, to	kuchopoa
verb	pull, to	kuvuta
n.	pumpkin	boga (pl. maboga)
phrase	punch	kupiga ngumi
n.	punctuation	vituo
verb	punish, to	kuadhibu, kuazibu
n.	punishment	azabu
adj.	puny	-dogo
n.	pupil (student)	mwanafunzi (pl. wanafunzi)
n., med	pupil, (eye)	mboni ya jicho
n.	purity	usafi
adj. & n.	purple	rangi ya zambarau bivu
n.	purpose	kusudi (pl. makusudi)
n.	purse	kifuko cha kutilia fedha
n., med	pus	usaha
verb	push away, to	piga kikumbo
verb	push, to	kusukuma

parts of speech	english	swahili
n.	pustule	kipele (pl. vipele)
verb	put an end to, to	kukomesha
verb	put back, to	kurudisha
verb	put in, to	kuingiza
verb	put, to	kuweka
n.	pygmy	mmbuti (pl. wabuti)
n.	python	chatu
n.	quality	tabia
n.	quantity	kiasi
verb	quarrel, to	kugomba
n.	quarrels	maugomvi (pl.)
n.	queen	malkia
n.	question	swali (pl. maswali)
adv.	quickly	mbio, upesi
verb	quiet, to make	kunyamazisha
adv.	quietly	kimya, polepole
adv.	quite	halisi
verb	quote or cite, to	kutaja
n.	rabbit	sungura
n.	rabies	kalab
n.	race (people)	ujamaa
n.	racket (noise)	ghasia
adj.	radiant	-a angavu
n.	radio	kupeleka simu
n.	raft	chelezo
n.	rag	kitambaa (pl. vitambaa)
n., med	rage	gazabu
n.	rain	mvua
verb	rain, to	kunyesha, kunya
n.	rainbow	upindi wa mvua
verb	raise the voice, to	kupaza sauti
verb	raise voice, to	kupaza sauti
verb	raise, to	kuinua
n.	rake	jembe la meno
verb	ramble, to	kutembea
n.	ransom	ukombozi
verb	rape, to	kuanjisi mwanamke kwa jeuri
n.	rash	upele
n.	rat	panya
adv.	rather (but rather)	afazali
n.	ravine	genge (pl. magenge)

84

parts of speech	english	swahili
adj.	raw	-bichi
n.	razor	wembe (pl. nyembe)
verb	reach, to	kufika
verb	reach, to	kuwasili
verb	read, to	kusoma
adj.	ready	tayari
adv.	really	kweli
n.	reason	akili
verb	reason, to	kutimia
adj. & n.	rebel	mwasi (pl. wawasi)
verb	rebel, to	kuasi
n	rebellion	futina
verb	rebuke, to	kugombeza
verb	receive, to	kupokea
adj.	recent	-pya
adv.	recently	juzi juzi
adj.	reckless	-jasiri
verb	reclaim, to	kuomba
verb	recognize, to	kutambua
verb	recoil, to (through fear)	kurudi nyuma
verb	reconcile, to	kupatanisha
verb	record, to	kuandika
verb	recount, to	kuhadisi
verb	recover, to	kusimama
verb	recover, to (from illness)	kupata afya tena
verb	recover, to (find again)	kujipatia tena
verb	rectify, to	kusahihisha
adj. & n.	red	-ekundu
verb	redeem, to	kukomboa
n.	redeemer	mkombozi
n.	redemption	ukombozi
verb	reduce, to; diminish, to	kupunguza
n.	reeds	unyasi (pl. nyasi)
n.	reel	kijiti cha kukunjia uzi
verb	reflect light, to	kuangaza
verb	reflect, to	kufikiri
n.	reflection	fikira
verb	refrain from, to	kujizuia
n.	refuge	kimbilio
n.	refugee	mkimbizi
verb	refuse, to	kukataa

85

parts of speech	english	swahili
verb	regain, to	kupata tena
n.	region	upande (pl. pande)
n.	region, area (locality)	jimbo (pl. majimbo)
n.	reign	utawala
verb	reimburse, to	kulipa
verb	reinforce, to	kuleta msaada
verb	reject, to	kukataa
verb	rejoice, to	kufuahisha
verb	rekindle, to	kuwasha
phrase	related, to be	-wa ndugu ya
n.	relationship	ufungu
n.	relative	ndugu
verb	relax, to	kulegea
verb	release, to	kufanya huru
n	religion	dini
n.	reluctance	kutotaka
verb	rely on, to	kutegemea
verb	remain, to	kubaki
n.	remedy	uganga
verb	remember, to	kukumbuka
verb	remind, to	kukumbusha
verb	remove, to	kuondosha
verb	repair, to	kutengeneza
verb	repel, to	kufukuza
verb	repent, to	kutubu
verb	replace, to	kurudishia hali
n.	replacement	mkombozi (pl. wakombozi)
n.	reprimand	magombezi
verb	reprimand, to	kuhamakia
n.	reputation	sifa
phrase	reputation, to have a bad	sifa mbaya
verb	rescue, to	kuponya
n.	rescuer	mwokozi
verb	resemble, to	kufanana
n.	resentment	uchungu
n.	reserve	akiba
n.	resolution	kusudi (pl. makusudi)
n.	respect	heshima
verb	respect, to	kuheshimu
n.	respite	nafasi
n.	response	jibu (pl. majibu)

parts of speech	english	swahili
n.	responsibility	daraka (pl. madaraka)
verb	rest, to	kupumzika
verb	resume, to	kutwaa
n.	resurrection	ufufuko
verb	retch, to	kokomoka
verb	retrace the path	kufuasa nyuma
verb	return something, to	kurudisha kitu
verb	return, to	kurudi
verb	reunite, to	kutanisha
verb	reveal, to	kufunua
n.	revelation	ufunuo
n.	revenge	kisasi (pl. visasi)
verb	revive, to	kufufua
n.	revolt	maasi (pl.)
verb	revolt against, to	kufitini
n.	reward	zawabu
verb	reward, to	kutuza
n.	rhinoceros	kifaru (pl. vifaru)
n.	rhythm	mwendo (pl. miendo)
n.	rib, shore (side by side)	ubavu
n.	rice	mchele (pl. michele)
adj.	rich	tajiri (pl. matajiri)
adj.	rich (person)	-enye mali
n.	riddle	kitandawili (pl. vitandawili)
verb	ridicule, to	kufanya mzaha
adj.	right	-a upande wa kuume
n.	right (civil, legal)	haki
n.	right (correct)	usawa
prep.	right (direction)	kulia
phrase	right now; right away	sasa hivi
phrase	right, on the	kwa upande wa kuume
phrase	right., All	Vema.
n.	ring	pete
verb	ring a bell, to	kupiga kengele
n.	ringworm	baka
verb	rinse, to	kuosha
n.	riot	ghasia
verb	rip, to	kupasua
adj.	ripe	-bivu
verb	rise (from lying position); to get up	kusimama
verb	rise, to (sun)	kucha

87

parts of speech	english	swahili
n. & adj.	ritual	kawaida za dini
n.	river	mto (pl. mito)
n.	road	barabara, njia
verb	roar, to (bellow)	kunguruma
verb	roar, to (like a storm)	kugombeza
verb	roast, to	kuoka
n.	robber	mnyanganyi (pl. wanyanganyi)
n.	robe, dress	vazi la kike
adj.	robust	-a afya
n.	rock	mwamba (pl. miamba)
verb	rock, to	kupembeza
verb	roll along, to	kufingirisha
verb	roll around, to	kusukasuka
phrase	roof, to put on	kutia mapaa
n.	room (in house)	chumba
n.	rooster, cock (fowl)	jogoo
n.	root	mzizi (pl. mizizi)
n.	rope	kamba
n.	rosary	tasbihi
verb	rot, to; to deteriorate	kuoza
adj.	rotten	-bovu
n.	row	msafa (pl. misafa)
verb	row, to (boat)	kuvuta makasia
adj.	royal	-a kifalme
n.	rubber	mpira (pl. mipira)
n.	rug	zulia (pl. mazulia)
n.	rule	mamlaka
verb	rule, to	kutawala
n.	ruler (person)	mutawala (pl. watawala)
n.	rumor	uvumi
verb	run, to	kupiga mbio
n.	rural	shamba (pl. mashamba)
verb	rush, to	kuboromoka
n.	rust	kutu
n.	sack, bag	mfuko (pl. mifuko)
n.	sacrifice	zabihu
verb	sacrifice, to	kutoa sadaka
adj.	sad	-a huzuni
verb	sad, to be	kuhuzunika
n.	sadness	huzuni
n.	safe (to hold valuables)	kilindo (pl. vilindo)

parts of speech	english	swahili
adj.	safe and sound	thabiti madhubuti
adj.	saint	-takatifu
n.	saint	mutakatifu (pl. watakatifu)
phrase	sake of, for the	ili kusaidia au kupendeza
n.	salary	mshahara (pl. mishahara)
n.	saliva	mate
n	salt	chumvi
n.	salvation	wokovu
adj & pr	same	-moja, yule yule
n.	sand	mchanga (pl. michanga)
n.	sandal	kiatu (pl. viatu)
n.	sarcasm	uchokozi
n.	sardine	dagaa
adj.	satisfactory	-a kuridhisha
phrase	satisfied, to be (ate enough)	-enye kushiba
verb	satisfy, to	kupendezwa
verb	satisfy, to	kushibisha
n.	Saturday	Jumamosi
n.	sauce	mchuzi (pl. michuzi)
verb	save, to	kuokoa
verb	save, to	kuweka akiba
verb	save, to	kukabidhi
n.	savior	mwokozi
n.	saw	msumeno (pl. misumeno)
verb	saw, to	kupasua kwa msumeno
n.	sawdust	unga wa mbao
verb	say to, to	kusema na
verb	say, to	kusema
n.	scales (fish)	gamba (pl. magamba)
n., med	scapula	mtulinga
n.	scar	kovu (pl. makovu)
n.	scarecrow	kuamia shamba
n.	scarf	kitambaa (pl. vitambaa)
verb	scatter, to	kusambaa, kutawanya
n.	school	1. chuo (pl. vyuo) 2. shule
n.	scissors	makasi
verb	scold, to	kuhamakia
verb	scorn, to; to despise	kuchukia
n.	scorpion	nge
verb	scour, to, to clean	kusafisha
verb	scrape, to	kuparuza

89

parts of speech	english	swahili
n.	scratch	mtai (pl. mitai)
verb	scratch oneself, to	kujukuna
verb	scratch, to	kuparua
verb	scream, to	kupiga kiyowe
phrase	scribe	mwahdishi ovyo
n. med	scrotum	mfuko wa pumbu
verb	scrub, to	kusugua
verb	scrutinize, to	kuchunguza
n.	sea	bahari
n.	seal	muhuri (pl. mihuri)
verb	search, to	kutufata
phrase	seasoned, to be well	kukolea
n.	seat	kiti (pl. viti)
verb	seat, to	kutetisha
adj.	second	-a pili
n.	second	dakika
n.	secret	siri
n.	secretary	mwandishi (pl. wandishi)
n.	section	mkato
phrase	See you next time/soon.	Tutaonana baadaye.
phrase	See you tomorrow.	Tutaonana kesho.
phrase	See you...	Tutaonana...
verb	see, to	kuona
n.	seed	mbegu
verb	seek, to; search, to	kutafuta
verb	seize, to	kukamata
verb	select, to	kuchagua
n.	self	moyo, nafasi
phrase	self-love	kujipenda nafsi
n.	self-respect	kujistahi nafsi
adj.	selfish	-a choyo
n.	selfishness	choyo
verb	sell, to	kuuza
verb	send, to	kutuma
verb	separate, to	kutenga
n.	September	Septemba
n.	servant (male or female)	mtumishi (pl. watumishi)
verb	serve, to (food)	kutumikia
n.	session	baraza
verb	set, to	kutia, kuweka
verb	set, to (sun)	kuchwa

parts of speech	english	swahili
adj. & n.	seven	saba
n.	seven hundred	mia saba
n.	seventeen	kumi na saba
adj.	seventh	-a saba
adj. & n.	seventy	sabini
n.	seventy-eight	sabini na nane
n.	seventy-five	sabini na tano
n.	seventy-four	sabini na nne
n.	seventy-nine	sabini na kenda
n.	seventy-one	sabini na moja
n.	seventy-seven	sabini na saba
n.	seventy-six	sabini na sita
n.	seventy-three	sabini na tatu
n.	seventy-two	sabini na mbili
verb	sever, to	kukata
n.	severity	ukali
verb	sew, to	kushona
n.	sex (gender)	jinsi
n.	shadow, shade	kivuli (pl. vivuli)
verb	shake (object) hard, to	kutikisa
verb	shake hands, to	kupana mikono
verb	shake, to	kusukusuka
verb	shake, to (as rug)	kukunguta
n.	shame	aibu, haya
n.	shape, form	umbo
verb	share with others, to	kushiriki
adj.	sharp	-a kali
adj.	sharp (fierce)	-kali
verb	sharpen, to	kunoa
verb	shave, to	kunyoa
pronoun	she	yeye
verb	shed, to	kutoka
n.	sheep	kondoo
n.	sheet	nguo ya kutandika kitandani
phrase	sheet of paper	ukurasa
verb	shell, to	kupua
n.	shepherd	mchungaji (pl. wachungaji)
verb	shepherd, to	kuchunga
n.	shield	ngabo
verb	shield, to	kulinda
verb	shine, to	kungaa, kuwaka

91

parts of speech	english	swahili
n.	shipwreck	kuvunjika meli
n.	shirt	shati (pl. mashati)
n.	shiver	kitapo
verb	shiver, to	kutetemeka
n.	shoe	kiatu (pl. viatu)
verb	shoot, to (gun)	kupiga bunduki
n.	shop	duka (pl. maduka)
adj.	short	-fupi
n.	short cut	njia ya kukatiliza
verb	shorten, to	kufupisha
verb	should; to be obligated	kuwa na lazima
n.	shoulder	bega (pl. mabega)
phrase	show oneself, to	kuonekana
verb	show, to	kuonyesha
n.	shred	kidogo
verb	shrink, to	kunywea
verb	shut, to; to close	kufunga
adj.	shy	-enye haya
n.	sick person	mgonjwa (pl. wagonjwa)
verb	sick, to be	kugua
phrase	sick, to care for the	kuuguza
n.	side (next to)	upande (karibu na)
prep.	side of, on the	kando ya
adj.	side, on this	hali moja na
n.	sieve	kiyongela (pl. viyongela)
verb	sift, to	kuchekecha
verb	sigh, to	kupiga kite
n.	sign	alama
n.	significance	maana
interj.	Silence!	Makelele!
verb	silence, to	kunyamazisha
adj.	silent	-a nyamavu
verb	silent, to be	kunyamaza
adv.	silently	kimya
n.	silver	feza
n.	sin	zambi
verb	sin, to	kufanya dhambi
adv.	since	tangu
verb	sing, to	kuimba
verb	sink, to	kuzama
n.	sir	bwana

parts of speech	english	swahili
n.	sister	dada; ndugu mke; (if spoken of by brother: umbu)
n.	sister-in-law	shemeji
verb	sit, to	kukaa, kuketi
adj. & n.	six	sita
n.	six hundred	mia sita
n.	sixteen	kumi na sita
adj.	sixth	-a sita
adj. & n.	sixty	sitini
n.	size	ukubwa
n.	skim milk	maziwa yaliyoenguliwa
n.	skin	ngozi
n.	skin, pelt	ngozi
verb	skirt around, to	kupakana na
n.	sky	anga, mbingu
verb	slacken, to	kupungua
n.	slander	masingizio
verb	slander, to	kusingizia
n.	slap	kofi
verb	slap, to	kupiga kofi
n.	slate (to write on)	kibao cha jiwe
n.	slave	mtumwa (pl. watumwa)
n.	slavery	utumwa
n.	slay, to	kuchinja
n.	sleep	usingizi
verb	sleep, to	kulala
n.	slice	kipasu (pl. vipasu)
n.	slide	kuteleza
verb	slide, to	kuteleza
adv.	slightly	kidogo
n.	sling	kombeo (pl. makombeo)
verb	sling, to; to throw	kutupa
verb	slip out, to	kupitia
adv.	slowly	polepole
adj.	small	-dogo
verb	smash up, to	kutomoa
verb	smear, to	kupakaa
verb	smell, to	kunusa
verb	smile, to	kucheka
n.	smoke	moshi
verb	smoke, to	kuvuta tumbako

parts of speech	english	swahili
adj.	smooth	laini
verb	smooth out, to	adoucir
n.	snail	konokono
n.	snake	nyoka
verb	sneeze, to	kupiga chafya
verb	snivel, to	kutoka kamasi
verb	snore, to	kukoroma
n.	snow	seluji
adv., conj.	so	vile, vivyo, basi
conj.	so that, in order to	ili, kusudi
phrase	so, so that	hata
verb	soak, to	kubambika
n.	soap	sabuni
n.	sock	kama mfuko wa kuvaa mguuni
adj.	soft	laini
n.	soil	udongo
verb	soil, to	kuchafua
n.	solder, to	kutia pua
n.	soldier	askari
adj.	sole	-a peke
adj.	some	chache
adv.	sometimes	mara na mara
adv.	sometimes	pengine
adv.	somewhat	kidogo
adv.	somewhere else	pengine
adv.	somewhere, anywhere	po pote
n.	son	mwana (pl. wana)
n.	song	wimbo (pl. nyimbo)
adv.	soon	bado kidogo
n.	soot	masizi
adj.	sore (painful)	kuuma
n.	sore (ulcer)	jeraha, kidonda (pl. vidonda)
n.	sorghum	mtama (pl. mitama)
n.	sorrow	huzuni
n.	sorrow, deep	sikitiko
n.	sort	namna
n.	soul	moyo nafsi
n.	sound	kapi (pl. makapi)
n.	soup	mchuzi (pl. michuzi)
adj.	sour	-kali
n.	south	kusini

94

parts of speech	english	swahili
n.	souvenir	ukumbuko
verb	sow, to	kupanda
n	space	nafasi
adj.	spacious	-pana
n.	spade	jembe (pl. majembe)
verb	sparkle, to	kungariza
n.	spatula	kisu kipana cha kufanyia dawa
verb	speak frankly, to	-a kwenda sawa, être
verb	speak indistinctly, to	kunongona
verb	speak to, to	kusema na
verb	speak, to	kusema
n.	spear	mkuki (pl. mikuki)
adj.	special	-a peke yake
n.	speech	usemi
n.	speed	upesi
verb	speed, to	kupeleka
verb	spend, to	kutoa
n.	spider	buibui
verb	spill, to	kumwanga
verb	spill, to be	kumwangika
n.	spine	uti wa mgongo
n.	spirit	roho
phrase	spirit, harmful	pepo
n.	spit	mate
verb	spit, to	kutema mate
verb	split, to	kupasuka
verb	spoil, to	kuharibu
verb	spoil, to (food)	kuoza
n.	sponge	sifongo
n.	spoon	kijiko (pl. vijiko)
verb	spread out, to	kuenea
n	spring (of water)	chemchemi
verb	spring up, to	kufika
verb	sprinkle, to	kunyunyizia
n.	spy	mpelelezi (pl. wapelelezi)
verb	spy on, to	kupeleleza
verb	squander, to	kuharibu
n.	squash (botanical)	mboga
verb	squeak, to	kusaga
verb	squeeze, to	kubana, kukamua
verb	squint, to	kuwa na upogo

95

parts of speech	english	swahili
n.	squirrel	kidiri
verb	stabilize, to	kuimarisha
n.	staircase	ngazi
verb	stammer, to	kubabaika
verb	stammer, to	kuwa na kigugumizi
verb	stamp one's feet	kukanyaga
verb	stand up straight, to	kuondoka
verb	stand up, to	kusimama
n.	star	nyota
verb	stare at, to; to gaze at	kukodolea
verb	stare wide-eyed, to	kukodoa
verb	start, to	kuanza
verb	startle, to	kuogofya
adj.	startling	-a kushtusha
n.	statistics	habari zinazoonyeshwa kwa hesabu
n.	statue	sanamu
verb	stay, to; to remain	kukaa
verb	steal, to	kuiba
n.	steam	mvuke (pl. mivuke)
n.	steel	pua
verb	step over, to	kukiuka
verb	step, to	kupima kwa hatua
n.	steward	msimamizi (pl. wasimamizi)
n.	stick	fimbo
phrase	stick of firewood	ukuni
verb	stick to, to	kukamatisha
verb	stick together, to	kuambatanisha
adj.	still	kimya
verb	sting, to	kuchoma
n.	stinginess	ubahili
verb	stink, to	kunuka
verb	stir, to; shake, to	kukoroga
n.	stock	akiba
n., med	stomach	tumbo (pl. matumbo)
n.	stomach cramp	tumbo linanyonga
n.	stone	jiwe (pl. mawe)
n., med	stool (excrement)	choo
phrase	stool., Go to	Kuenda chooni.
verb	stoop down, to	kuinama
n.	stop	kituo (pl. vituo)
verb	stop talking, to	kunyamaa

96

parts of speech	english	swahili
verb	stop up, to	kuziba
interj.	Stop!	Basi!
verb	stop, to	kusimamisha
n.	stopper (in bottle), cork	kizibo (pl. vizibo)
n.	store (shop)	duka
n.	storehouse	gala
n.	stork	korongo
n.	storm	tufani, zoruba
n.	storm on lake	zoruba
n	story	kisa (pl. visa)
n	story (floor)	dari
adj.	stout	-nene
n.	stoutness	unene
adj.	straight	sawa
verb	straight, to be (as in line)	kunyoloka
verb	straighten that which is bent, to	kukeua
verb	straighten, to	kunyolosha
verb	strain, to (filter)	kung'uta chuja
verb	strained, to become	kunyosha
n.	strainer	kifumbu
adj.	strange	-geni
n.	straw (to cover a roof)	kuezeka
verb	stray, to	kutangatanga
n.	stream (small river)	kijito (pl. vijito)
n.	street	njia
n.	strength	nguvu
n.	stretcher	machela
n.	strife	upigano (pl. maupigano)
verb	strike, to (hit)	kupiga, kugonga
n.	string	ugwe (pl. nyugwe)
verb	strive for, to	kujaribu
verb	stroke, to	kupapasa
adj.	strong	hodari, -enye nguvu
adv.	strongly	sana
adj.	stubborn	-kaidi
n.	stubbornness	uthabiti
verb	stuck, to be	kukwama
n.	student	mwanafunzi (pl. wanafunzi)
verb	study, to	kujifunza
verb	stumble, to	kukwaa
n.	stump	kisiki (pl. visiki)

97

parts of speech	english	swahili
n.	stupidity	upumbavu
verb	stutter, to	kubabaika
verb	stutter, to	kugugumiza
verb	submerge, to	kuzamisha
verb	subtract, to	kutoa
verb	succeed, to	kushinda
verb	successful, to be	kustawi
n.	successor	halifa
verb	suck, to	kunyonya
adj.	sudden, abrupt	-a ghafula
adv.	suddenly	gafula
phrase	suffering from?, What are you	Kuna shida gani?
verb	suffice, to	kufaa
verb	sufficient, to be	kutosha
n.	sugar	sukari
n.	sugar cane	muwa (pl. miwa)
adj.	suitable	-ema
verb	sulk, to	kununa
verb	sum up, to	kujumlisha
n.	summary	muhtasari
n.	sun	jua (pl. majua)
n.	Sunday	Jumapili
adj.	sunny	-a jua
n.	sunset	magharibi
adj.	superior (chief)	-a juu
verb	supervise, to	kusimamia
adv.	supine position	chalichali
n.	supper	chakula cha usika
adj.	supplementary	-a kuongeza
verb	support, to	kutegemeza
verb	suppose, to	kuzani
adv.	surely	hakika
n.	surgery	udaktari, kazi ya surgeon
verb	surpass, to	kupita
n.	surplus	baki
verb	surprise, to	kushangaza
phrase	surprised, to be	kustaajabu
phrase	surrender to, to	kusalimisha
verb	surround, to	kuzunguka
verb	surround, to (To have rings under one's eyes.)	kuzungusha

parts of speech	english	swahili
verb	survive, to	kuishi baada ya kufiwa
verb	suspect, to	kushuku
verb	suspend, to	kutundika
n.	suspicion	zana
verb	swallow, to	kumeza
n.	swamp, marsh	bwawa
n.	swarm	kundi (pl. makundi)
verb	sway, to	kuyumbayumba
n.	sweat	jasho
verb	sweat, to	kutoka jasho
n.	sweater	namna ya fulana nzito
verb	sweep, to	kufagia
adj.	sweet	-tamu
n.	sweet potatoes	kiazi (pl. viazi)
verb	swell, to	kuvimba
n.	swelling	kivimbe (pl. vivimbe)
verb	swim, to	kuogolea
n.	swing (for child to use)	pembea
verb	swing, to	kupembea
verb	swollen with air	kupuliza
n.	sword	upanga (pl. panga)
n.	symbol	mfano (pl. mifano)
n.	sympathy	mapatano
n., med	syphilis	sekeneko
n.	Syria	Sham
n., med	syringe	bomba ndogo
n.	system	utaratibu
n.	table	meza
n.	tablet (pill)	kibonge
n.	taboo	mwiko
n.	tactics	maarifa ya vita
n.	tail	mkia (pl. mikia)
verb	take away, to	kuchukua
verb	take back, to	kurudisha
verb	take from, to	kutwalia
verb	take hold of, to	kushika
verb	take out, to; pull out, to	kungoa
verb	take out, to; to go out; to exit	kutoka
verb	take part in, to	kushariki
verb	take place, to	kufanyika
verb	take, to	kutwaa; kushika

parts of speech	english	swahili
verb	take, to	kutwaa
n.	talk	mazungumzo
verb	talk against, to	kuhukumu au pima
verb	talk, to	kusema
adj.	talkative	-a maneno mengi
adj.	tall	-refu
verb	tangle, to (ensnare)	kutatiza
verb	tangled up, to get	kujitatiza
adj.	tardy	-zembe
n.	target	shabaha
n.	tarpaulin	turubali
n.	task	kazi
verb	taste, to	kuonja
n.	tattoo	chale
verb	taunt, to	kusuta
n.	tax	kodi
n	tea	chai
verb	teach, to	kufundisha
n.	teacher	mwalimu (pl. walimu)
n.	teaching, (lesson)	mafundisho; somo (pl. masomo)
verb	tear down, to	kubomoa
verb	tear, to	kupasua
n.	tears	machozi
verb	tease, to	kuuzi
n.	technique	ufundi
phrase	teeth, lacking	-siye na meno
n.	telephone	simu
n.	telescope, microscope	darubini
phrase	tell a lie, to	kusema uwongo
verb	tell the news, to	kupasha habari
verb	tell, to	kuambia
n.	temperament	tabia
n.	temperance	kiasi
n.	temple	panja
adj.	temporary	-a wakati
verb	tempt, to	kujaribu
n.	temptation	jaribu
n. & adj.	ten	kumi
n.	tenacity	nguvu ya kushika
n.	tendency	maelekeo
n.	tenderness	wembamba

100

parts of speech	english	swahili
n.	tent	hema
adj.	tenth	-a kumi
n.	terror	hofu kuu
n.	test	jaribu
verb	test, to	kupima
n.	Testament, Old	Agano la Kale
n., med	testicle	pumbu (pl. mapumbu)
verb	testify, to	kuhakiki
phrase	Thank you very much.	Asante sana.
phrase	Thank you.	Asante.
verb	thank, to	kushukuru
adj.,pro.	that	yule (sing. person); ile (sing. thing)
x	That is too expensive. (service)	Nibeyisana.
pronoun	that one	hiyo
phrase	That's right.	Wakaligani.
phrase	That's too expensive. (thing)	Ni ghali mno.
phrase	The food is good.	Chakula kitamu sana.
n.	theft	wizi
adj.	their (their children)	-ao (wana wao)
pronoun	them	wao, hao, wale
adv.	then	kisha
prep.	then; afterwards	halafu
adv.	there	kule
phrase	There is...	Kuna...
adj & pr	these	hawa (pl. person); hizi (pl. things)
pronoun	they (and they)	wao
pronoun	they are	kuna
n.	thief	mnyanganyi (pl. wanyanganyi)
adj.	thieving	mwivi
n.	thigh	paja (pl. mapaja)
adj.	thin	-embamba
verb	thin, to become	kukonda
n.	thing	kitu (pl. vitu)
verb	think about, to	kufikiri
verb	think of, to	kuwaza; kufikiri
phrase	think that..., I	Nafikiri...
verb	think, to	kuwaza
adj.	third	-a tatu
n.	thirst	kiu
phrase	thirsty, to be	-a enye kiu
n.	thirteen	kumi na tatu

parts of speech	english	swahili
adj. & n.	thirty	thelathini (makumi matatu)
n.	thirty-one	thelathini na moja
adj.,pro.	this	huyu (person, sing.); hii (thing, sing.)
phrase	this week	wiki hii
phrase	this year	mwaka huu
n.	thorn	mwiba (pl. miiba)
adj & pr	those	wale (pl. person); zile (pl. thing)
n.	thought	wazo
adj.	thoughtless	-a si ahgalifu
adj. & n.	thousand	elfu
verb	thrash around, to	kujipigapiga
n.	thread	uzi (pl. nyuzi)
n.	three	tatu
n.	three hundred	mia tatu
verb	thrive, to	kupata mali
n.	throat	koo (pl. makoo)
verb	throw away, to	kutupa
n.	thumb	kidole cha gumba
n.	thunder	radi
n.	thunder	nguruwe
verb	thunder, to	kunguruma
n.	Thursday	siku ya nne; alhamisi
adv.	thus (and so on)	hivi, vile (na vingine vivyo hivyo)
n., med	tibia	muundi wa mguu
n.	tick	kimputu (pl. vimputu)
n.	tick	kupe
n.	ticket	cheti (pl. vyeti)
verb	tickle, to	kutekenya
verb	tie up, to	kufunga
verb	tie, to	kufunga
verb	tighten, to	kukaza
n.	tile (roof)	kigae (pl. vigae)
adv., n.	time	mara, wakati (pl. nyakati)
n.	time	wakati
adv.	time ago, long	kale
n.	time off	ruhusa
adv.	time to time, from	mara kwa mara
phrase	time, on	kuwahi
phrase	time?, At what	Saa ngapi?
adj.	timid	-oga
n.	tin (holds one gallon)	debe (pl. madebe)

102

parts of speech	english	swahili
n.	tip (gratuity)	zawadi
n.	tire	mpira (pl. mipira)
verb	tired, to be	kuchoka
n.	tithe	zaka
adv.	to and fro	huko na huko
prep.	to, at	hadi, kwenye, kwa
n.	toad	chura (pl. vyura)
n.	tobacco	tumbako
adv.	today	leo
n.	toe	kidole cha mguu
n.	toenail	ukucha (pl. kucha)
adv.	together	pamoja
n.	together, a get	kikoa
n.	toilet	choo (pl. vyoo)
n.	tomato	nyanya
adv.	tomorrow	kesho
phrase	tomorrow, day after	kesho kutwa
n.	tongue	ulimi (pl. ndimi)
adv.	tonight	usiku huu
n., med	tonsillitis	ugonjwa wa umio
n.	tool (metal)	madini
n.	tooth {I have a toothache.}	jino (pl. meno) {Nina maumivu ya jino.}
n.	toothbrush	mswaki (pl. miswaki)
n.	top (on the top)	urefu
n.	torch	mwenge
n.	torment	adhabu
n.	torrent	mvo
n.	tortoise	kobe (pl. makobe)
verb	torture, to	kutesa
verb	touch, to	kugusa
n.	tower	mnara (pl. minara)
n.	town	mji (pl. miji)
n., med	trachea	umio wa pumzi
n.	trade	biashara
verb	trade, to	kufanya biashara
n.	trader	mfanyi biashara
n.	tradition	mapokeo
n.	train	gari la moshe
verb	train, to (child)	kuvuta
n.	trait	tofauti
verb	trample on, to	kukanyaga

parts of speech	english	swahili
verb	transcribe, to	kufuatisha
verb	translate, to	kufasiri, kutafsiri
verb	transmit, to	kupisha
n.	trap, snare	mtego (pl. mitego)
verb	trap, to	kunasa, kutega
z	travel, to	kusafiri
n.	traveler	msafiri (pl. wasafiri)
n.	traveller	kusafiri
verb	traverse, to	kuvuka
verb	tread on, to	kukanyaga
n.	treasury	hazina
verb	treat (medical), to	kutendea
n.	tree	mti (pl. miti)
n.	tremble (earthquake)	tetemeko
verb	tremble, to	kutetemeka
n.	trial	mashtaka
n.	tribe	kabila (pl. makabila)
n.	tribunal	baraza ya hukumu
verb	trick, to	kupunja
adj.	trickery	werevu
verb	trickle, to	kutirika
verb	trickle, to	kutiririka
n.	trip; journey	1. mwendo (pl. miendo) 2. safari
verb	triumph, to	kupindua
n.	troop, company	kikosi (pl. vikosi)
n.	trouble, problem	taabu
verb	trouble, to	kuondoa
verb	troubled, to be	kufazaika
n.	trowel	mwiko (pl. miiko)
n.	truck	gari doga
adj.	true {You speak the truth.}	kweli {Kweli.}
adv.	truly	hakika, kweli
n.	trunk (of body)	kiwiliwili (pl. viwiliwili)
n.	trunk (of elephant)	mkono (pl. mikono)
n.	trust (I trust him.)	tumaini
n.	truth	kweli
verb	try, to	kujaribu
n.	tuberculosis	ugonjwa fulani
n.	Tuesday	Jumanne
n., med	tumor	kivimbe (pl. vivimbe)
n.	tunnel	shimo (pl. mashimo)

parts of speech	english	swahili
n.	turban	kilemba (pl. vilemba)
n.	turkey	bata mzinga
n.	turmoil	kelele (pl. makelele)
verb	turn around, to	kugeuka
verb	turn over, to	kupindua
verb	turn upside down, to	kufudikiza
n.	twelve	kumi na mbili
n. & adj.	twenty	makumi mawili; ishirini
n.	twenty-one	ishirini na moja
adv.	twice	mara mbili
n.	twilight	ukungu wa ijioni
adj. & n.	twin	pacha (pl. mapacha)
verb	twist, to	kusokota
n. & adj.	two	mbili
n.	two hundred	mia mbili
n.	two thousand	elfu mbili
n.	type	mtindo
n., med	typhoid	homa mbaya matumboni
n., med	typhoid fever	homa ya matumbo
n., med	ulcer (wound)	jeraha
n.	umbilicus; navel	kitovu (pl. vitovu)
n.	umbrella	mwavuli (pl. miavuli)
phrase	unable to find	sikupata
n.	uncle (father's older brother)	baba mukubwa
n.	uncle (father's younger brother)	baba mudogo
n.	uncle, maternal	mjomba (pl. wajomba)
adj.	unconscious	bila kufahamu
adj.	uncouth	-jinga
adv.	under	chini ya
verb	underestimate, to	kuhesabu
adv.	underneath	china
verb	understand, to {Do you understand?} [I did not understand.]	kufahamu {Unaelewa?}[Sielewi.]
n.	understanding	ufahamu
verb	undo, to	kutangua
verb	unfold, to	kunjua
adj.	unique	-a namna ya peke yake
verb	unite, to	kuunga
n.	unity	umoja
conj.	unless	ila
verb	unload, to	kushusha

parts of speech	english	swahili
verb	**unlock, to**	kufungua
adj. & n.	**unmarried person**	mtawa (pl. watawa)
adj.	**unripe**	-bichi
adj.	**unsatisfactory**	-sioridhisha
verb	**untie, to**	kufungua
prep.	**until**	hata, mpaka
verb	**unveil, to**	kufunua
adv.	**upright**	wima
verb	**upset, to**	kupindua
verb	**urgent, to be**	kusihi sana
verb	**urinate, to**	kukojoa, kunya
n., med	**urine**	mkojo
n.	**use**	matumizi
verb	**use, to**	kutumia
adj.	**useless**	-a bure
adv.	**usually**	desturi
n., med	**uterus**	mji wa mimba
n.	**vacation**	kuacha
n.	**vagina**	kuma
adj.	**vain, in**	-tupu
n.	**valley**	bonde
adj.	**valuable**	-a thamani
n.	**value**	thamani
verb	**vanquish, to**	kushinda
n.	**vapor**	mvuke (pl. mivuke)
n.	**vegetable**	mboga
n.	**veil**	utaji
n.	**vendor**	mwuza (pl. wauza)
n.	**verb**	kiarifu
verb	**verify, to**	kuhakiki
n.	**verse**	aya
n.	**vertigo**	kizunguzungu
adv.	**very**	sana; kabisa
adv.	**very much**	muno
n.	**vicinity**	ujirani
n.	**village**	boma, kijiji, (pl. vijiji)
n.	**vine**	mzabibu (pl. mizabibu)
n.	**vinegar**	siki
n.	**vineyard**	shamba la mizabibu
n.	**violence**	jeuri
n.	**virtue**	nguvu

parts of speech	english	swahili
adj.	visible	-a kuonekana
verb	visible, to be	kuonekana
verb	visit, to	kuzuru
n.	visitor (guest)	mgeni (pl. wageni)
n.	voice	sauti
n.	volcano	mlima wa moto
verb	vomit, to {I am vomiting worms.}	kutapika {Ninatapita minyoo.)
verb	vow, to, to swear (oath)	kuweka nadhiri
n.	vulture	tai (pl. matai)
n.	wages	mshahara (pl. mishahara)
verb	wait for, to	kungoja
interj.	Wait!	Ngoja!
verb	wait, to	kungoja
verb	wake up, to	kuamsha
verb	walk, to	kwenda
verb	walk, to go for a	kutembea
n.	walking stick	fimbo
n.	wall	kiambaza (pl. viambaza)
verb	want, to	kutaka
n.	war	vita
adj.	warm	-a moto
verb	warn, to	kupasha habari
n.	warthog	ngiri
verb	wash hands and feet, to	kunawa
verb	wash, to	kuosha
verb	wash, to (body-self)	kunawa
verb	wash, to (clothes)	kufua
verb	waste, to	kuharibu
n.	watch (clock)	saa
n.	watchman	mngoje
n.	water	maji
n.	water pot	mtungi (pl. mitungi)
n.	waterfall	anguko la maji
n.	wave (of water)	wimbi (pl. mawimbe)
n.	wax	nta
n.	way (road)	njia
pronoun	we, us	sisi, siye
adj.	weak	1. teketeke 2. zaifu 3. -regevu
n.	weakness	uzaifu
n.	wealth	mali, utajiri
n.	weapon	silaha

parts of speech	english	swahili
verb	wear, to	kuvaa; kuchukua
n.	wedding	arusi
n.	wedding	harusi
n.	Wednesday	Jumatano
verb	weed, to	kupalia magugu
n.	week	juma
n.	week, last	juma jana
n.	weekday	siku yo yote ya juma isipokuwa Jumapili
verb	weep, to	kulia
verb	weigh, to	kupima
verb	weighed down, to be	kuelemea
n.	weight	uzito
verb	weight, to gain	kuvimbisha
verb	weight, to lose	kukonda
verb	welcome, to	kukaribisha
phrase	Welcome.	Karibu.
adv.	well	vema, vizuri
n.	well (ie. for water)	kisima (pl. visima)
verb	well, to get	kupona
adj., adv.	well, very	vizuri
n. & adj.	west	magharibi
adj.	wet	majimaji
verb	wet, to	kuloweka
adj.	what	gani, nini
phrase	What are you doing?	Uko nafanya nini?
phrase	What are you looking for?	Unatafuta nini?
phrase	What are you saying?	Uko nasema nini?
phrase	what is more	kutambusha
phrase	What is new?	Habari?
phrase	What is this?	Hapa ni gani?
phrase	What is your name?	Jina lako nani?
phrase	What is your profession?	Unafanya kazi gani?
phrase	What!	Kumbe!
phrase	What's up? (familiar person)	Vipi?
n.	wheat	ngano
n.	wheel	duara
conj.	when	wakati gani
conj.	When?	Wakati gani?
conj.	whenever	kila mara
conj.	where	wapi
phrase	Where are you coming from?	Umeyok wapi?

parts of speech	english	swahili
phrase	Where are you going?	Unakwenda wapi?
phrase	Where is the bathroom?	Choo kiko wapi?
phrase	Where is...?	Wapi ni...?
conj.	whereas	kwa maana
conj.	whether	kama
adj.	which	gani
n.	whip	fimbo
verb	whip, to	kuchapa
n.	whirlpool	kizingia cha maji
verb	whisper, to	nong'ona
n.	whistle	1. filimbi 2. mluzi
adj.	white	-eupe
phrase	white people	wazungu
n.	white person	mzungu (pl. wazungu)
verb	whiten, to	kufanya -eupe
phrase	whiteness, dazzling	weupe
phrase	who (Who are you looking for?)	nani (Unatafuta nani?)
adj.	whole (good healthy)	-zima
adv.	why	1. kwa maana gani 2. kwa nini 3. kwa ajilini gani
n.	wick	utambi
adj.	wicked	-ovu
n.	widow	mjane (pl. wajane)
n.	widower	mjane (pl. wajane)
n.	width	upana
n.	wife	bibi; mke (pl. wake)
n.	wilderness	jangwa
n.	will	kusudi (pl. makusudi)
verb	wilt, to	kufifia
verb	win, to	kushinda
n.	wind	upepo (pl. pepo)
verb	wind, to	kuupepo
n.	window	dirisha (pl. madirisha)
n.	wine	divai
n.	wing	bawa (pl. mabawa)
n.	winner	mshinda (pl. washinda)
verb	wipe away, to	kufuta
verb	wipe, to	kupangusa
n.	wisdom	1. akili 2. hekima
adj.	wise	-a busara
n.	wish	mapenzi

parts of speech	english	swahili
n.	witch	mchawi (pl. wachawi)
n.	witch doctor	mfumu (pl. wafumu)
phrase	witchcraft	uchawi
prep.	with	kwa, na, pamoja na
prep.	with	na
verb	withhold, to	kunyima
prep.	without	bila, pasipo
verb	withstand, to	kusimamia
n.	witness	mshuhuda (pl. washuhuda)
verb	witness, to	kushuhuda
n.	wolf	mbwa mwitu
n.	woman (married)	bibi; mwanamke (pl. wanawake)
n.	woman (old)	kizee
n.	wonder	mshangao (pl. mishangao)
verb	woo, to	kuposa
n.	wood (for fire)	kuni
n.	word	neno (pl. maneno)
phrase	word mean?, What does this	Neno...lina maana gani?
n.	work	kazi
verb	work with zeal, to	kufanya bidii
verb	work, to	kutumika
n.	worker	mfanya kazi
n.	workshop	kibanda (pl. vibanda)
n.	world	ulimwengu
verb	worried, to be	kuuzi
n.	worry	taabu
verb	worship, to	kuabudu
n.	worth	thamani
n.	wound, injury	jeraha
n.	wound, sore	kidonda (pl. vidonda)
verb	wounded, to be	kuumwa
verb	wrap, to	kufunika
verb	wring out to	kukamua
n.	wrinkle	kunjo (pl. makunjo)
verb	wrinkle, to	kufanya vifinyo
n.	wrist	kiwiko (pl. viwiko)
verb	write, to	kuandika
n.	yam	kiazi kikuu
n.	yawn	mwayo (pl. miayo)
verb	yawn, to	kupiga miayo
n.	year	mwaka, (pl. miaka)

110

parts of speech	english	swahili
adv.	year after year	mwaka kwa mwaka
n.	yeast	chachu
verb	yell, to (pain, sorrow); to howl	kulia
adj. & n.	yellow	-a kimanjano
adv.	yes	ndiyo; ndivyo; naam
adv.	yesterday	jana
adv.	yet	bado; hata sasa
pronoun	you (plural)	ninyi
pronoun	you (singular)	wewe
phrase	You don't really mean that!	Haiwezekani!
phrase	You know.	Unajua.
n.	young lady (unmarried)	mwali; kibibi (pl. vibibi)
n.	young man, (unmarried)	mvulana (pl. wavulana)
n.	young person	kijana mwanaume
adj.	your (plural) (your children)	-enu (wana wenu)
adj.	your (singular) (your child)	-ako (mwana wako)
n.	youth	kijana (pl. vijana) (boy or girl)
n.	youth	ujana
n.	zeal	bidii
adj.	zealous	-enye bidii
n.	zebra	punda milia
n.	zero	sifuri

parts of speech	swahili	english
adj.	-a afya	robust
adj.	-a ajabu	extraordinary
adj.	-a ajabu	outstanding
adj.	-a angavu	radiant
adj.	-a asili	essential
adj.	-a bahati njema	lucky
adj.	-a baridi	cold
adj.	-a baridi	cool
adj.	-a bure	good-for-nothing
adj.	-a bure	useless
adj.	-a busara	wise
adj.	-a choyo	selfish
adj.	-a daima	interminable
verb	-a enye kiu	thirsty, to be
adj.	-a fahari	pretentious
adj.	-a furaha	happy
adj.	-a ghafula	sudden, abrupt
adj.	-a haki	fair
adj.	-a hatari	1. dangerous 2. hazardous 3. precarious
adj.	-a heri	fortunate
adj.	-a hofu	fearful
adj.	-a huzuni	sad
adj.	-a jasiri	fearless
adj.	-a jua	sunny
adj.	-a juu	superior (chief)
adj.	-a kabla	anterior
adj.	-a kadiri	medium
adj.	-a kale	ancient
adj.	-a kali	sharp
n.	kati	middle
adj.	-a kawaida	1. common 2. ordinary
adj.	-a kenda	ninth
adj.	-a kifalme	royal
adj.	-a kike	feminine

112

parts of speech	swahili	english
adj.	-a kila siku	everyday
adj. & n.	-a kimanjano	yellow
adj.	-a kitambo	provisional
adj.	-a kuambukiza	contagious
adj.	-a kuchekesha	funny
adj.	-a kuchukiza	nasty
adj.	-a kufanana	alike
adj.	-a kufani	moribund
adj.	-a kufuata	next
adv.	-a kukingama	crosswise
adj.	-a kukosa busara	indiscreet
adj.	-a kumi	tenth
adj.	-a kuonekana	visible
adj.	-a kuongeza	supplementary
adj.	-a kupakana	adjacent
adj.	-a kupendeza	delightful
adj.	-a kupita kiasi	excessive
adj.	-a kupotoka	crooked
adj.	-a kuridhisha	satisfactory
adj.	-a kusaidia	helpful
adj.	-a kusedeka	chronic
adj.	-a kushoto	left
adj.	-a kushtusha	startling
adj.	-a kutosha	adequate
adj.	-a kutosha	enough
adj.	-a kwanza	first
adj.	-a kwanza	prior to
verb	-a kwenda sawa, être	speak frankly, to
adj.	-a maneno mengi	talkative
adj.	-a mara nyingi	frequent
adj.	-a moto	hot
adj.	-a moto	warm
adj.	-a mtu	human
adv.	-a mwisho	final
adj.	-a mwisho	last
adj.	-a namna nyingi	miscellaneous
adj.	-a namna ya peke yake	unique
adj.	-a nane	eighth
adj.	-a nne	fourth
adj.	-a nyamavu	silent
adj.	-a peke	sole

113

parts of speech	swahili	english
adj.	-a peke yake	special
adj.	-a pili	second
adj.	-a potevu wa mali	prodigal
adj.	-a rangi ya majani; kijani	green (color)
adj.	-a saba	seventh
adj.	-a si ahgalifu	thoughtless
adj.	-a sita	sixth
adj.	-a tano	fifth
adj.	-a tatu	third
adj.	-a thamani	valuable
adj.	-a uongo	FALSE
adj.	-a upande wa kuume	right
adj.	-a wakati	temporary
n.	-a zamani	past
adj.	-ake	his
adj.	-ako (mwana wako)	your (singular) (your child)
adj.	-aminifu	faithful
adj.	-angalifu	careful
adj.	-angu (wana wangu)	my (my children)
adj.	-ao (wana wao)	their (their children)
adj.	-ate	insubordinate
adj.	-baya sana	awful
adj.	-baya, -bovu	bad
adj.	-bichi	fresh, cool
adj.	-bichi	1. green 2. unripe
adj.	-bichi	raw
adj.	-bivu	ripe
adj.	-bovu	rotten
adj.	-chache	few
adj.	-chafu	dirty
adj.	-chungu	bitter
adj.	-chungu, -kali	acid
adj.	-danganyifu	dishonest
adj.	-dogo	small
n. & adv	-dogo	little
adj.	-dogo	puny
adj.	-dogo kabisa	least
adj. & n.	-ekundu	red
adj.	-ema	good
adj.	-ema	good
adj.	-ema	nice

114

parts of speech	swahili	english
adj.	-ema	suitable
adj.	-embamba	1. narrow 2. thin
adj.	-enu (wana wenu)	your (plural) (your children)
adj.	-enye afya	healthy
adj.	-enye akili	1. apprehensive 2. clever 3. intelligent
adj.	-enye bidii	1. eager 2. zealous
adj.	-enye elimu	learned
adj.	-enye hadhari	cautious
adj.	-enye haraka	1. impatient 2. impulsive
adj.	-enye hasira nyingi	furious
adj.	-enye haya	1. bashful 2. shy
adj.	-enye huruma	humane
adj.	-enye kiburi	proud
adj.	-enye kichaa	crazy
adj.	-enye kung'aa, -enye akili	bright
phrase	-enye kushiba	satisfied, to be (ate enough)
adj.	-enye kutaka makuu	ambitious
adj.	-enye kuweza	capable, able
adj.	-enye maana mbili	ambiguous
adj.	-enye makelele	noisy
adj.	-enye mali	rich (person)
adj.	-enye manufaa	beneficial
adv.	-enye matata	awkward
adj.	-enye milima mingi	mountainous
adj.	-enye njaa	hungry
adj.	-enye raha	comfortable
adj.	-enye rutuba	fertile
adj.	-enye sura ya kuchukiza	hideous
adj.	-enye wazimu	mad (insane)
pronoun	-enyewe	itself
adj.	-epesi	1. easy 2. light
adj.	-erevu	crafty
adj.	-etu (wana wetu)	our (our children)
adj.	-eupe	white
adj.	-eusi	dark
adj.	-eusi, -a giza	black
adj.	-fupi	1. brief 2. low 3. short
adj.	-geni	strange
adj.	-geugeu	arbitrary
adj.	-gonjwa	poorly
adj.	-gumu	1. adamant 2. difficult 3. hard

parts of speech	swahili	english
adj.	-ingi	1. a lot 2. many 3. much 4. numerous
adj.	-ingine	another (another man)
adj & pr	-ingine	other
adj.	-jasiri	1. audacious 2. courageous 3. reckless
adj.	-jinga	1. foolish 2. gullible 3. uncouth
adj.	-kaidi	1. obstinate 2. stubborn
adj.	-kali	1. harsh 2. sharp (fierce) 3. sour
adj.	-karimu	generous
adj.	-kavu	dry
adj.	-kubwa	1. big 2. great 3. large
adj.	-kunjufu	cheerful
adj.	-kuu	principal (important)
adj.	-lafi	greedy
adj & pr	-moja, yule yule	same
n. & adj.	-nene	1. fat 2. stout
adv.	-ngapi	1. how many 2. how much
adj.	-nje	exterior
adj.	-nyofu	honest
adj.	-oga	timid
adj.	-ote	all, everything
adj.	-ovu	1. evil 2. wicked
adj.	-pana	1. broad 2. wide 3. spacious
adj.	-pana; sawa	flat
adj.	-penzi	dear
adj.	-pofu	blind
adj.	-pole	1. gentle 2. meek 3. mild 4. peaceful
adj.	-pumbavu	dull
adj.	-pya	1. new 2. recent
phrase	-pya kabisa	brand new
adj.	-refu	1. long 2. tall 3. profound
adj.	-refu, -kuu	high
adj.	-regevu	weak
adj.	-sahaulifu	1. absent-minded 2. forgetful
adj.	-sikivu	obedient
adj.	-sio adabu	impolite
adj.	-sioridhisha	unsatisfactory
adj.	-sioweza	incapable
phrase	-siye na meno	teeth, lacking
adj.	-staarabu	civilized
adj.	-takatifu	1. holy 2. saint
adj.	-tamu	1. delicious 2. sweet

116

parts of speech	swahili	english
adj.	-tepetevu	1. flabby 2. inert
adj.	-timilifu	complete
adj.	-tovu	lacking
adj.	-tovu wa heshima	disrespectful
adj.	-tupu	1. bare 2. empty 3. nude 4. in vain
adj.	-vivu	1. idle 2. lazy
adj.	-vumilivu	patient
phrase	-wa ndugu ya	related, to be
adj.	-wekevu	1. economical 2. frugal
adj.	-wivu	jealous
adj.	-zee	old
adj.	-zembe	1. careless 2. tardy
adj.	-zima	whole (good healthy)
adj.	-zima, -ote	entire
adj.	-zito	1. dense 2. heavy
adj.	-zuri	1. beautiful 2. fine 3. friendly 4. handsome 5. pretty
n.	abiria	passenger
n.	ada ya posta	postage stamp
n.	adabu	1. good manners 2. politeness
n.	adhabu	torment
n.	adhuhuri	noon
verb	adoucir	smooth out, to
adj. & n.	adui	enemy
adv.	afazali	1. better 2. rather
n.	afisi	office
n.	afya	health
n.	Agano Jipya	New Testament
n.	Agano la Kale	Testament, Old
n.	ahandi	promise
n.	aibu	disgrace
n.	aibu, haya	shame
n.	aina, jamii	category
n.	ajali	destiny
n.	akiba	1. stock 2. reserve
n.	akili	1. intelligence 2. mind 3. reason 4. wisdom
n.	akili, ustadi, uwezo	ability, (to have)
phrase	Akuweke.	Bless you.
n.	alama	1. mark 2. sign
n.	alasiri, mangaribi	afternoon

parts of speech	swahili	english
prep.	ama	or
conj.	ama sivyo	otherwise
conj.	ama...ama	either...or
n.	amani, salama	peace
n., med	ambukizo	infection
adj.	amekufa	dead
n.	amri (pl. amri)	1. command 2. order
n.	amri, mamlaka	authority
n.	anasa	1. luxury 2. pleasure
n.	anga, mbingu	sky
interj.	Ange!	Attention!
n.	anguko la maji	waterfall
n.	Aprili, mwezi wa nne wa mwaka wa kizungu	April
n.	ardhi	ground
adj. & n.	arobaini	forty
n.	arusi	wedding
n.	asali	honey
phrase	Asante sana.	Thank you very much.
phrase	Asante.	Thank you.
n.	asili	origin
adj.	asiyefundishwa	illiterate
n.	askari	soldier
adj. & n.	askari mgeni wa mshahara	mercenary
n.	askari wafuasi	bodyguard
adv. n.	asubuhi	morning
interj.	Ati...	I say... (look here)
n.	aya	verse
n.	azabu	punishment
n.	azimio (pl. mazimio)	project
n.	azimio la mambo ya kufanyika	program
n.	baa, msiba	disaster
adv.	baada ya, nyuma ya	after
adv.	baadaye	1. hereafter 2. later
adv.	baadaye, halafu, kisha	afterward
n.	baba	1. father 2. papa
n.	baba mudogo	uncle (father's younger brother)
n.	baba mukubwa	uncle (father's older brother)
n.	babangu	father (my)
n.	babu	grandfather
adv.	badala ya	place of, in

parts of speech	swahili	english
adv.	badalya ya	instead
adv.	bado	not yet
adv.	bado kidogo	soon
adv.	bado; hata sasa	yet
n.	bahari	sea
n.	bahari kuu	ocean
n.	bahasha	1. envelope 2. packet
n.	bahati	good fortune
n.	bahati mbaya	misfortune
n.	bahili	miser
n.	baisikeli	bicycle
n.	baka	ringworm
n.	baki	surplus
phrase	Bakia vizuri!	Be strong! (stay well)
n.	bakuli	1. basin (wash) 2. bowl
n.	balangiti	blanket
n.	balozi (pl. malozi)	ambassador
n.	banda	barn
n.	barabara, njia	road
n.	barafu	ice
n.	baraka	blessing
n.	baraza	1. council, advice 2. porch 3. session
n.	baraza ya hukumu	tribunal
n.	baridi	cold in head
n.	barua	letter (as in, I wrote a letter to a friend.)
n.	barua fupi	note
n.	barua za posta	post office
n.	baruti	explosive
n	baruti ya kupasulia mwamba	dynamite
interj.	Basi!	1. Enough! 2. Stop!
phrase	Basi, safari!	Let's go!
n.	bata (pl. mabata)	duck
n.	bata mzinga	turkey
n.	bawa	wing
n.	bega (pl. mabega)	shoulder
n.	bei	price
n.	bei, gharama	cost
n.	bendera	flag
n.	benki ya fedha	bank (for money)
n.	biashara	trade
n.	bibi	1. Mrs. 2. lady

119

parts of speech	swahili	english
n.	bibi arusi	bride
n.	bibi; mke (pl. wake)	wife
n.	bibi; mwanamke (pl. wanawake)	woman (married)
n.	Biblia	Bible
n.	bidii	zeal
adj.	bila hatia	innocent
adj.	bila idadi	countless
adj.	bila kufahamu	unconscious
adj.	bila kukoma	continuous
adj.	bila maana	meaningless
adj.	bila sauti	mute (without speech)
adv.	bila shaka	naturally
adv.	bila sharti	freely
adj.	bila upendeleo	impartial
prep.	bila, pasipo	without
n.	bilauri	drinking glass
n.	binti	daughter
n.	biskuti	cracker
n.	boga (pl. maboga)	pumpkin
n.	boma la kuzuia maji	dam
n.	boma, kijiji, (pl. vijiji)	village
n.	bomba (pl. mabomba)	pipe (hose)
n.	bomba la kurushia maji juu	fountain
n., med	bomba ndogo	syringe
n.	bonde	valley
n.	bonge	lump
adj.	bora	excellent
adj.	bora kabisa	best
n.	buibui	spider
adj.	buluu, samawati	blue
n.	bunda	bundle
n.	bundi	owl
n.	bunduki	gun
n.	buni	coffee bean
n.	burashi (hair or paint brush)	brush (paintbrush) {hair brush}
n.	burashi ya nywele	hairbrush
adj.	bure	1. free (no charge) 2. futile
n.	buu (pl. mabuu)	maggot
n.	buyu (pl. mabuyu)	gourd
n.	bwana	Mr.
n.	bwana	sir

120

parts of speech	swahili	english
n.	bwana arusi	bride-groom
n.	bwana wa kazi	employer
n.	bwawa	swamp, marsh
adj.	chache	some
n.	chachu	1. leaven 2. yeast
n.	chafuko	confusion
n	chai	tea
n.	chaki	chalk
n.	chakula (pl. vyakula)	1. food 2. meal
n.	chakula cha asubuhi	breakfast
n.	chakula cha mchana	lunch
n.	chakula cha usika	supper
n.	chakula kikubwa cha kutwa	dinner (noon)
n.	chakula kikuu cha siku	dinner (night)
phrase	Chakula kitamu sana.	The food is good.
n.	chale	tattoo
adv.	chalichali	supine position
n.	chambo	bait
n.	chandalua (pl. vyandalua)	mosquito net
n.	changarawe	gravel
n.	chatu	python
n.	chawa	lice
adj.	chelea	belated
n.	chelezo	raft
n	chemchemi	spring (of water)
n.	chetezo	censer
n.	cheti (pl. vyeti)	ticket
adv.	china	underneath
adv.	chini	down
adv. prep.	chini ya	1. below 2. beneath 3. under
adj.	chini zaidi	lower
pronoun	cho chote	anything (something)
n.	chokaa	lime (substance)
n.	chomba cha mgeni	guest room
n.	chombo (pl. vyombo)	1. boat 2. pot (clay)
n.	chombo cha kuogea	bath
n.	choo	1. bathroom 2. stool (excrement)
n.	choo (pl. vyoo)	toilet
phrase	Choo kiko wapi?	Where is the bathroom?
n.	choyo	1. greed 2. selfishness
n.	chubuko (pl. machubuko)	1. abrasion 2. ecchymosis

parts of speech	swahili	english
n.	chubuo	contusion
n.	chui	leopard
n.	chuma	iron (ore)
n.	chumba	room (in house)
n.	chumba cha juu	attic
n.	chumba cha kulala	dormitory
n	chumvi	salt
n.	chungu	1. ant 2. heap 3. mound
n.	chungwa (pl. machungwa)	orange (fruit)
n.	chuo (pl. vyuo)	school
n.	chupa	jar (container/shock)
n.	chupa (pl. machupa)	bottle
n.	chupi	boxer shorts (or slip)
n.	chura (pl. vyura)	1. frog 2. toad
n.	dada; ndugu mke; (if spoken of by brother: umbu)	sister
n.	dafu (pl. madafu)	coconut
n.	dai la kuwapo mahali pengine	alibi
adv.	daima	constantly
n.	dakika	1. minute 2. second
n.	daktari wa meno	dentist
n.	damu	blood
n.	dansi	dance
n.	daraja (pl. madaraja)	bridge
n.	daraka (pl. madaraka)	responsibility
n.	darasa	class (students)
n	dari	story (floor)
n.	dawa	1. cure 2. drug 3. medication
n.	dawa ya sindano	injection
n.	deni	debt
n.	dereva	driver
n.	Desemba; mwezi wa kumi na mbili wa mwaka wa kizungu	December
n.	desturi	1. custom 2. habit
adv.	desturi	usually
n.	dhahabu	gold
adj.	dhahiri	1. apparent 2. distinct 3. evident
adj.	dhaifu	1. feeble 2. fragile
n.	dhamiri	conscience
n.	dharau	1 .contempt 2. disdain
n.	dhihaka	mockery

122

parts of speech	swahili	english
n	dini	religion
n.	dirisha (pl. madirisha)	window
n.	divai	wine
n.	dreva wa motakaa	chauffeur
n.	dubu	bear (animal)
n.	duka (pl. maduka)	1. shop 2. store
n.	duka la maziwa	dairy
n.	duka la mwuza dawa	pharmacy
adj. & n.	duni	1. inferior to 2. insignificant
n.	dunia	earth
adj. & n.	elfu	thousand
n.	elfu mara elfu	one million
n.	elfu mbili	two thousand
n.	elfu tano	five thousand
n.	elimu ya hesabu	math
n.	embe (pl. maembe)	mango (fruit)
n.	enzi	majesty
n.	état de faiblesse	exhaustion
n.	fadhili	kindness
n.	faida	1. gain 2. profit (increase)
n.	faini	fine (i.e. to pay a)
n.	faraja	comfort
n.	faraka	dissension
n.	farasi	horse
n.	Februari; mwezi wa pili wa mwaka wa kizungu	February
n.	fedha taslimu	cash
n.	feza	1. money 2. silver
n.	fidia	compensation
n., med	figo (pl. mafigo)	kidney
n.	fikira	reflection
n.	filamu	movie theater
n.	fimbo	1. cane 2. stick 3. walking stick 4. whip
n.	fitina	mischief
n.	fluu	flu
n.	fujo (pl. mafujo)	disorder
n.	fuko	mole
adj.	fulani	certain
verb	fumba macho	close the eyes, to
n.	fundi (pl. mafundi)	craftsman
n.	fundi wa mashine	mechanic

123

parts of speech	swahili	english
n.	fundo (pl. mafundo)	knot
n.	fungu la maneno machache	phrase
n.	furaha	1. amusement 2. fun 3. joy
n	futina	rebellion
adv.	gafula	suddenly
n.	gala	storehouse
n.	gamba (pl. magamba)	scales (fish)
n.	ganda (pl. maganda)	dry skin (dandruff)
n.	ganda la yai	eggshell
adj.	gani	which
adj.	gani, nini	what
n.	ganzi	numbness
n.	gari au namna ya machela ya kuchukulia wagonjwa	ambulance
n.	gari doga	truck
n.	gari la moshe	train
n.	gauni	dress
n., med	gazabu	rage
n	gazabu, kasirani	anger
n.	gazeti	journal
n.	gehena	hell
n.	genge (pl. magenge)	ravine
n.	ghala ya chini	cellar
n.	ghali	dear
adj.	ghali	expensive
n.	ghasia	1. racket (noise) 2. riot
n.	ghasia, fujo	disturbance
n.	ghuba	bay
n.	giza	dark
n.	giza la jioni	dusk
n.	godoro (pl. magodoro)	mattress
n.	gogo (pl. magogo)	log
n.	gome	bark (tree)
n	goti (pl. magoti)	knee
n.	gudulia	pitcher
n.	gunia (pl. magunia)	burlap
adj.	haba	insufficient
n.	habari	news
phrase	Habari za nyumbani?	How is your family?
adv.	habari za, yapata	about (approximately)
n.	habari zinazoonyeshwa kwa hesabu	statistics

parts of speech	swahili	english
prep.	hadi, kwenye	to, at
n.	hadisi	history
n.	hadithi fupi	fable
n.	hadithi tu	fiction
n.	hafifu	flimsy
adj.	hai, -zima	alive
phrase	haidhuru	never mind
interj.	Haiwezekani!	1. Not possible! 2. You don't really mean that!
n.	haja	need
n.	haki	justice
n.	haki	right (civil, legal)
n.	haki ya kutangulia	priority
adv.	hakika	1. certainly 2. surely
adv.	hakika, kweli	truly
adj.	halali	lawful
n.	hali	condition
adj.	hali moja na	side, on this
n.	hali ya myo au mwili	attitudes
n.	halifa	successor
adv.	halisi	quite
n.	halmashauri	committee
phrase	halmashauri kuu	parliament
phrase	Hamna shida.	No problem.
phrase	Hamna shida. Hapana maneno.	It does not matter.
adj. & n.	hamsini	fifty
n.	hamu	desire
adj.	hamu ya kwao	homesick
phrase	Hapa ni gani?	What is this?
adv.	hapa, huko	here
adv.	hapa, huko (huko na huko)	here (Here and there.)
adj., adv.	hapana, siyo	no
phrase	Hapo kale...	Once upon a time there was...
n.	haragwe (pl. maharagwe)	bean
adv.	haraka	hurriedly
n.	haraka	hurry, haste
n.	harufu tamu	fragrance
adj.	hasa	especially
adj.	hasilia	genuine
phrase	hata	so, so that
adv.	hata ikiwa	even if

125

parts of speech	swahili	english
phrase	Hata kidogo!	Not at all!
pronoun	hata moja	none
prep.	hata, mpaka	until
adv.	hata, sawa	even
n.	hatari	danger
n.	hati	document
n.	hati ya sifa	diploma
n.	hatia	1. blame 2. crime 3. fault 4. guilt
n.	hatua	1. footstep 2. pace
adj & pr	hawa (pl. person); hizi (pl. things)	these
n.	hazina	treasury
n.	hedhi	menstruation
n.	hekaya	1. anecdote 2. legend
n.	hema	tent
n.	heri	happiness
phrase	Heri za siku kuu ya kuzaliwa.	Happy birthday.
n.	herufi	letter (of alphabet)
n.	herufi kubwa	capital (letter)
n.	hesabu	number
n.	hesabu ya fedha	bill
n.	hesabu ya watu wa nchi	census
n.	hesabu, masimulizi	account (finance)
n.	heshima	1. esteem 2. honor 3. respect
n.	heshima na upendo	dignity
n.	hewa	1. atmosphere 2. air
n.	hiari	choice
n.	hila	cunning
n.	hindi	Hindu
n.	hirizi	charm
adv.	hivi, vile (na vingine vivyo hivyo)	thus (and so on)
pronoun	hiyo	that one
adj.	hodari	brave
adj.	hodari, -enye nguvu	strong
n.	hofu kuu	terror
n.	hofu, fadhaa	anxiety
adj.	hoi	helpless
n.	hoja	problems
n.	homa {Ana homa.}	fever {He has a high fever.}
n., med	homa mbaya matumboni	typhoid
n.	homa ya baridi	chills (tremor)
n., med	homa ya matumbo	typhoid fever

126

parts of speech	swahili	english
n.	homa ya mbu	malaria
interj.	Hongera.	Congratulations.
n.	hospitali	hospital
n.	hua	dove
phrase	Hujambo? (singular); Hamjambo? (plural)	How are you?
adv.	huko na huko	1. here and there 2. to and fro
n.	hukumu	judgement
adj.	huru	free
n.	huruma	1. clemency 2. leniency 3. pity
n.	husuda	ill-will
adj.,pro.	huyu (person, sing.); hii (thing, sing.)	this
n.	huzuni	1. grief 2. sadness 3. sorrow 4. misery
n.	huzuni kuu	anguish
n.	huzuni, dhiki	distress
n.	ibada au sherehe ya heshima	ceremony
n.	ibilisi	devil
n.	ihtiari	autonomy
conj.	ijapo	even though, although
n.	Ijumaa	Friday
conj.	ila	1. except 2. unless
pronoun	ile, kile, vile (Ndivyo.)	it, that (That is right.)
phrase	ili kusaidia au kupendeza	sake of, for the
conj.	ili, kusudi	so that, in order to
n.	imani	1. beliefs (confidence) 2. faith
adv.	imara	firmly
n.	inchi	inch
conj.	ingawa	although
n.	Injili	Gospel
n.	inzi (pl. mainzi)	fly
n.	ishirini na moja	twenty-one
adj.	isiyo na maana	irrational
adj.	isiyohusu	irrelevant
adj.	isiyotosheleka	insatiable
n.	jabali	cliff
n.	jadiliano	debate
n.	jamaa	1. family 2. kin
n.	jamala	courtesy
n.	Jamatatu	Monday
n.	jambo	event
n.	jambo (mambo)	affair

parts of speech	swahili	english
n.	jambo la hakika	fact
n.	jambo lililoachwa	omission
n.	jambo litokealo kwa sababu fulani	consequence (without repercussions)
n.	jambo, kesi	case
n.	jambo, maneno	circumstance
interj.	Jambo.	Hello.
n.	jamii moja ya nyota	cancer
n.	jamii ya vitabu	library
n.	jamii ya waimbaji	choir
n.	jamvi	mat
adv.	jana	yesterday
n.	jangwa	1. desert (ie. Sahara desert) 2. wilderness
n.	jani	1. blade (grass) 2. leaf
n.	Januari; mwezi wa kwanza wa mwaka wa kizungu	January
n.	jaribio kali	ordeal
n.	jaribu	1. temptation 2. test
n.	jasho	perspiration
n.	jasho	sweat
n.	jembe (pl. majembe)	1. spade 2. hoe
n.	jembe la meno	rake
n.	jengo (pl. majengo)	building (construction)
n., med	jeraha	1. ulcer 2. wound 3. injury
n.	jeraha; kidonda (pl. vidonda)	sore (ulcer)
n.	jeshi	army
n.	jeuri	1. assault 2. violence
n.	jibini	cheese
n.	jibu (pl. majibu)	1. answer 2. response
imper.	Jibu!	Answer!
n.	jicho (pl. macho)	eye
n.	jiko	kitchen
n.	jimbo (pl. majimbo)	region, area (locality)
n.	jina (pl. majina)	name
n.	jina la kupanga	first name
adv.	jina la pili la kificho	alias
n.	jina la utani	nickname
phrase	Jina lako nani?	What is your name?
phrase	Jina langu ni...	My name is...
n.	jino (pl. meno) {Nina maumivu ya jino.}	tooth {I have a toothache.}
n.	jinsi	1. manner 2. sex (gender)

128

parts of speech	swahili	english
adv. n.	jioni	evening
n.	jipu (pl. majipu)	1. abscess 2. boil
n.	jirani	neighbor
n.	jitu (pl. majitu)	giant
n.	jiwe (pl. mawe)	stone
n.	jogoo	rooster, cock (fowl)
n.	johari	jewel
n.	joto, moto	heat
n.	jozi	couple
n.	jua (pl. majua)	sun
n.	juha	idiot
n.	Julai; mwezi wa saba wa mwaka wa kizungu	July
n.	juma	week
n.	juma jana	week, last
phrase	juma kesho	next week
n.	Jumamosi	Saturday
n.	Jumanne	Tuesday
n.	Jumapili	Sunday
n.	Jumatano	Wednesday
n.	jumba la balozi	embassy
n.	Juni; mwezi wa sita wa mwaka kizungu	June
adv.	juu (ya)	above
adv. prep.	juu ya	1. on 2. over 3. above 4. on top of
adv.	juzi	day before yesterday
adv.	juzi juzi	recently
n.	kabati	1. cupboard 2. dresser
n.	kabila (pl. mabila)	tribe
adv.	kabisa	1. absolutely 2. altogether 3. entirely 4. fully
n.	kaburi	grave
n.	kadiri ipasayo	assessment
adv.	kadiri ya	according to
n.	kafi	paddle
n.	kahawa	coffee
n.	kalab	rabies
n.	kalamu	pencil
phrase	kale	time ago, long
conj.	kama	1. if 2. whether
prep.	kama	like
n.	kama mfuko wa kuvaa mguuni	sock

parts of speech	swahili	english
adv.	kama vile	as well as
adv.	kama, -vyo, kwa sababu	as
n.	kamba	1. cord 2. rope
n.	kambi (pl. makambi)	camp
adj.	kamili	perfect
n.	kamusi	dictionary
adv.	kamwe	never
interj.	Kamwe!	Never!
adv.	kando	1. alongside 2. next to
n.	kando	bank of river
prep.	kando ya	side of, on the
prep.	kando ya, karibu na	beside
n.	kanisa	church (building)
n.	kanzu	gown
n.	kapi (pl. makapi)	sound
n.	karaha	disgust
n.	karamu	1. feast 2. party
n.	karanga	1. ground nut 2. peanut
n.	karani	clerk
n.	karani wa fedha	cashier
n.	karatasi	paper
adv.	karibu	1. almost 2. nearby
phrase	karibu chakula	enjoy your meal
adv. prep.	karibu na	1. near 2. close to
phrase	Karibu!	1. Come in! 2. Welcome.
n.	karne	century
n.	karoti	carrot
n.	kasia (pl. makasia)	oar
n.	kasisi (pl. makasisi)	priest
n.	kaskazini	north
prep.	katika	in, into
prep.	katika	off
prep.	katikati ya	1. among 2. between
n.	katoliko	catholic
n.	kawa	mildew
n.	kawaida	method
n. & adj.	kawaida za dini	ritual
n.	kazi	1. job 2. work 3. task
n.	kazi ya elimu	profession
n.	kelele (pl. makelele)	turmoil
n.	kengele	bell

130

parts of speech	swahili	english
adv.	kesho	tomorrow
phrase	kesho kutwa	day after tomorrow
n	kesi	lawsuit
phrase	kiagano	meeting place
n.	kiambaza (pl. viambaza)	wall
n.	kiapo (pl. viapo)	oath
n.	kiarifu	verb
n.	kiasi	quantity
n.	kiasi	temperance
n.	kiatu (pl. viatu)	1. sandal 2. shoe
n.	kiatu kirefu	boot
n.	kiazi	sweet potatoes
z	kibali	approval
n.	kibanda (pl. vibanda)	workshop
n.	kibanda cha nje	outhouse
n.	kibao cha jiwe	slate (to write on)
n.	kiberiti (pl. viberiti)	match
adj. & n.	kibeti	dwarf
n., med	kibofu	bladder
n.	kiboko (pl. viboko)	hippopotamus
n.	kibonge	tablet (pill)
n.	kiburi	conceit
n.	kiburi, majivuno	pride
n.	kichaka (pl. vichaka)	bush
n.	kichala (pl. vichala)	1. bunch (of fruit) 2. cluster
n.	kicheko	laughter
n., med	kichocho	bilharzia (schistosomiasis)
n.	kichwa (pl. vichwa)	head
n.	kidevu	chin
n.	kidimbwi	pool
n.	kidogo	shred
adv.	kidogo	1. slightly 2. somewhat
phrase	kidogo kidogo; kidogo kwa kidogo	little by little
n.	kidole (pl. vidole)	finger
n.	kidole cha gumba	thumb
n.	kidole cha kati	finger, middle
n.	kidole cha mguu	toe
n.	kidole cha mwisho	finger, little
n.	kidole cha pete	finger, ring
n.	kidole cha shahada	finger, index
n.	kidonge (pl. vidonge)	pill

131

parts of speech	swahili	english
n.	kidonge cha kufyonza	lozenge
n.	kielelezo	design (sketch)
n.	kifafa	1. convulsion 2. epilepsy
n., med	kifandugu	coccyx
n.	kifaru (pl. vifaru)	rhinoceros
n.	kifua (pl. vifua)	chest (body)
n.	kifua, maziwa	breast
adv.	kifudifudi	prone position
n.	kifuko cha kutilia fedha	purse
n.	kifumbu	strainer
n., med	kifundo cha muguu (pl, vifundo cha muguu)	ankle
n.	kifungo (pl. vifungo)	button
n.	kifungo (pl. vifungo), gereza	1. jail 2. dungeon 3. prison 4. bonds
n.	kifungua chupa	bottle-opener
n.	kifuniko	cloak
n.	kifuniko (pl. vifuniko)	1. cover 2. lid
n.	kifusi	debris
n.	kigae (pl. vigae)	tile (roof)
n.	Kiingereza (Umasema Kiingereza?)	English {language} (Do you speak English?)
n.	kijana (pl. vijana) (boy or girl)	youth
n.	kijana mwanaume	young person
n.	kijicho	malice
n.	kijiko (pl. vijiko)	spoon
n.	kijiti cha kukunjia uzi	reel
n.	kijito (pl. vijito)	stream (small river)
adj.	kijivu	grey
n.	kijumba	closet
n.	kijumba melini	cabin
n.	kiko	pipe (tobacco)
n.	kiko cha mkono; kivi	elbow
n.	kikoa	together, a get
n.	kikohozi (pl. vikohozi)	cough
n.	kikombe (pl. vikombe)	cup
n.	kikomo	goal
n., med	kikoromeo	larynx
n.	kikosi (pl. vikosi)	troop, company
n.	kikuku	bracelet
adj.,pro.	kila	each
adj.	kila (daima)	every, whole (always)

132

parts of speech	swahili	english
n.	kila kitu	everything
conj.	kila mara	whenever
pronoun	kila mtu	everyone
adv.	kila siku	daily
n.	kilele (pl. vilele)	peak (mountain)
n.	kileo	alcohol
n.	kilezo	pattern
n.	kilimo, ukulima	agriculture
n.	kilindo (pl. vilindo)	safe (to hold valuables)
n.	kilio	mourning
n.	kima	monkey
n.	kimbilio	refuge
n.	kimbunga; tufani	cyclone
n.	kimelea	parasite
n.	kimo, urefu	height
n.	kimputu (pl. vimputu)	tick
adj.	kimya	1. motionless 2. silently 3. still
n.	kinanda (pl. vinanda)	piano
n.	kinara (pl. vinara)	candlestick
n.	kinda la kuku	chicken
n.	kinubi (pl. vinubi)	harp
n.	kinyonga (pl. vinyonga)	chameleon
n.	kinyongo	fad
n.	kinyozi	barber
n.	kinywa (pl. vinywa)	mouth
n.	kinyweo (pl. vinyweo)	drink
n.	kiongozi (pl. viongozi)	1. guide 2. leader
n.	kioo (pl. vioo)	1. mirror 2. glass
n.	kioto (pl. vioto)	nest
n.	kipaji	offering
n.	kipande (pl. vipande)	1. piece 2. part
n.	kipande kidogo	fragment
n.	kipasu (pl. vipasu)	slice
n.	kipele (pl. vipele)	1. pimple 2. pustule
n.	kipenzi	favorite
adj. & n.	kipeo	maximum
n.	kipepeo (pl. vipepeo)	butterfly
n.	kipimo	measurement
n.	kipimo cha dawa	dose
n., med	kipindupindu	cholera
adv.	kipofu	blindly

parts of speech	swahili	english
n	kipofu (pl. vipofu)	blind person
n.	kipooza	paralysis
n.	kiraka	patch
n.	kiroboto (pl. viroboto)	flea
n	kisa (pl. visa)	story
n.	kisasi (pl. visasi)	revenge
adv.	kisha	then
n.	kishindo	clatter (of voices)
n.	kisiki (pl. visiki)	stump
n.	kisima (pl. visima)	well (ie. for water)
n.	kisingino (pl. visingino)	heel
n.	kisio	approximation
n.	kisiwa (pl. visiwa)	island
n. med	kisonono	gonorrhea
n.	kisu (pl. visu)	knife
n.	kisu kipana cha kufanyia dawa	spatula
n., med	kisukari	diabetes
n.	kitabu (pl. vitabu)	book
n.	kitalu	enclosure
n.	kitambaa (pl. vitambaa)	1. rag 2. scarf 3. handkerchief 4. napkin
n.	kitambaa cha kufungia dawa	bandage
n.	kitana	comb
n.	kitanda (pl. vitanda)	bed
n.	kitandawili (pl. vitandawili)	riddle
n.	kitanga cha mkono	palm of hand
n.	kitapo	shiver
n.	kiti (pl. viti)	1. chair 2. seat
n.	kitisho	intimidation
n.	kitovu (pl. vitovu)	umbilicus; navel
n.	kitu (pl. vitu)	thing
n.	kitu cha shani	curiosity
n.	kitu kilichotolewa	contribution
n.	kitumbua, (pl. vitumbua)	donut
n.	kitumbuizo	lullaby
n.	kitunga (pl. vitunga)	basket
n.	kitunguu (pl. vitunguu)	onion
n.	kitunguu saumu	garlic
n.	kituo	1. pause 2. stop
n.	kituo cha afya	health center
n.	kiu	thirst
n.	kiumbe (pl. viumbe)	creature

134

parts of speech	swahili	english
n.	kiungo (pl. viungo)	joint (anatomy), articulation
n.	kiungo (pl. viungo)	joint, link
n.	kiungo (pl. viungo)	member
n.	kiuno (pl. viuno)	flank
n.	kivimbe (pl. vivimbe)	1. swelling 2. tumor
n.	kivuko (pl. vivuko)	ford
n.	kivuli (pl. vivuli)	shadow, shade
n., med	kiwambo	diaphragm
n.	kiwanda cha dobi	laundry
n.	kiwanja	playground
n.	kiwasho	pruritus, itch
n.	kiwete	cripple
n.	kiwiko (pl. viwiko)	wrist
n.	kiwiliwili (pl. viwiliwili)	trunk (of body)
n.	kiyoga (pl. viyoga)	mushroom
n.	kiyongela (pl. viyongela)	sieve
n.	kizazi (pl. vizazi)	generation
n.	kizee	woman (old)
n.	kizibo (pl. vizibo)	stopper (in bottle), cork
n.	kizibuo	corkscrew
n.	kizingia cha maji	whirlpool
n.	kiziwa (pl. viziwa)	pond
n.	kiziwi (pl. viziwi)	deaf person
n.	kizuio (pl. vizuio)	1. hinderance 2. obstacle
n.	kizunguzungu	1. vertigo 2. dizziness
n.	kobe (pl. makobe)	tortoise
n.	kodi	tax
n.	kofi	slap
n.	kofia	hat
verb	kokomoka	retch, to
n.	kombeo (pl. makombeo)	sling
n.	kombo	1. flaw 2. crumb
n.	kombora	bomb
n.	komeo	bolt (of door)
n., med	kondo la nyuma	placenta
n.	kondoo	sheep
n., med	kongosho	pancreas
n.	konzi	knuckles
n.	koo (pl. makoo)	throat
n.	kopo	can, tin
n.	korosho	cashew

parts of speech	swahili	english
n.	kosa (pl. makosa)	error
n.	kosa (pl. makosa)	mistake
n.	koti	jacket
n.	koti {mpako}	1. coat (clothing) 2. coat{of paint}
n.	kovu (pl. makovu)	scar
n.	Krismas {Heri za Krismas.}	Christmas {Merry Christmas}
n.	Kristo	Christ
verb	kuabatiza	baptize, to
verb	kuabudu	1. adore, to 2. to worship
verb	kuacha	1. to abandon 2. to forsake 3. to leave 4. to let
n.	kuacha	vacation
verb	kuachana	diverge, to
verb	kuadhibu	castigate, to
verb	kuadhibu, kuazibu	punish, to
verb	kuaga	1. to bid farewell 2. to take leave of
verb	kuagiza	ordain, to
verb	kuagiza, kuongoza	direct, to
verb	kuahidi	promise, to
n.	kuahirisha	procrastination
verb	kuajiri	hire, to
verb	kualika	1. to crack 2. to invite
verb	kuambatana, kushika	adhere, to
verb	kuambatanisha	stick together, to
verb	kuambia	tell, to
n.	kuamia shamba	scarecrow
verb	kuamini	believe, to
verb	kuamsha	wake up, to
verb	kuamua	decide, to
verb	kuamuru	1. to command 2. to manage 3. to order
verb	kuandika	1. to record 2. to write
verb	kuandika anwani (1) kuhutubu (2)	to address letter (1) speech (2)
verb	kuandika sanamu	draw, to
verb	kuangalia	1. to pay attention 2. to note 3. to notice
verb	kuangamiza kabisa	annihilate, to
verb	kuangamiza, kuharibu	destroy, to
verb	kuangaza	reflect light, to
verb	kuanguka	1. to collapse 2. to fall
verb	kuangukia	fall on, to
verb	kuangusha	1. to drop 2. to pull down
verb	kuanjisi mwanamke kwa jeuri	rape, to

parts of speech	swahili	english
verb	kuanza	1. to begin 2. to commence 3. to start
verb	kuasi	1. to disobey 2. to rebel
verb	kuazimu	plan, to
verb	kubabaika	1. to stammer 2. to stutter
verb	kubadili	1. to alter 2. to dicker
verb	kubadilisha	1. to change 2. to exchange
verb	kubadilishana	barter, to
verb	kubahatisha fedha	bet, to
verb	kubainisha	1. to clarify 2. to define
verb	kubaki	remain, to
verb	kubambika	soak, to
verb	kubana, kukamua	squeeze, to
verb	kubana, kusonga	press, to
verb	kubariki	bless, to
verb	kubatilisha	counteract, to
verb	kubeba	carry on one's back, to
verb	kubembeleza	1. to coax 2. to flatter
verb	kubisha	contradict, to
verb	kubishana	argue, to
verb	kubomoa	1. to demolish 2. to tear down
verb	kuboromoka	rush, to
verb	kubuni	make up, to
verb	kubusu	kiss, to
verb	kubweka	bark, to
n.	kucha	claw
verb	kucha	rise, to (sun)
verb	kuchafua	1. to confuse 2. to soil
verb	kuchagua	1. to choose 2. to select
verb	kuchana	comb, to
verb	kuchanga, kukusanya	collect, to
verb	kuchanganya	1. to blend 2. to mix
verb	kuchapa	whip, to
verb	kuchapa, kupiga chapa	print, to
verb	kucheka	1. to joke 2. to laugh 3. to smile
verb	kuchekecha	sift, to
verb	kuchekesha	amuse, to
verb	kuchelewa	late, to be
verb	kucheza	play, to
verb	kucheza ngoma	dance, to
verb	kuchezea fedha	gamble, to
verb	kuchimba	dig, to

parts of speech	swahili	english
n.	kuchinja	slay, to
verb	kuchipuka	germinate, to
verb	kuchmuka, kutokosa	boil, to
verb	kuchoka	tired, to be
verb	kuchoka kabisa	exhausted, to be
verb	kuchokoza	provoke, to
verb	kuchoma	1. to broil 2. to pierce 3. to sting
verb	kuchoma, kuwaka	burn, to
verb	kuchongea	denigrate, to
verb	kuchopoa	pull out, to
verb	kuchora	carve, to
n.	kuchosha	monotony
verb	kuchovya	immerse, to
verb	kuchuja	filter, to
verb	kuchukia	1. to hate 2. to scorn 3. to despise 4. to dislike
verb	kuchukia sana	detest, to
adj.	kuchukiza	obnoxious
verb	kuchukiza	offend, to
verb	kuchukua	1. to carry 2. to take away
verb	kuchuma	1. to gather 2. to pick
verb	kuchuma kwa kazi	earn, to; to gain
verb	kuchunga	shepherd, to
verb	kuchunga, kulinda	guard, to
n.	kuchungua	investigation
verb	kuchungua	probe, to
verb	kuchunguza	scrutinize, to
verb	kuchuuza	peddle, to
verb	kuchwa	set, to (sun)
verb	kudai	1. to claim 2. to demand
verb	kudakiza	interrupt, to
verb	kudanganya	1. to cheat 2. to deceive 3. to delude onself 4. to fool
verb	kudekeza	pamper, to
verb	kudhani tu	conjecture about, to
verb	kudhihaki	mock, to
verb	kudhulumu	oppress, to
verb	kudhuru	1. to harm 2. to injure
verb	kudondoka	drip, to
verb	kudukiza	eavesdrop, to
verb	kudumu	continue, to

138

parts of speech	swahili	english
verb	kudumu, kuvumilia	endure, to
verb	kudunda	crash into, to
verb	kuegemea, kutegemea	lean on, to
verb	kuelea	clear, to be
verb	kuelea	1. to float 2. to swim
verb	kueleka	carry on one's hip, to
adv.	kuelekeana	opposite
verb	kuelemea	weighed down, to be
verb	kueleza	explain, to
verb	kuelimisha	educate, to
verb	kuenda au kuendesha mbele	advance, to
phrase	Kuenda chooni.	stool., Go to
verb	kuenda upande	deviate, to
verb	kuendelea	1. to carry on 2. to keep on 3. to progress
verb	kuendesha	1. to drive 2. to prosecute
verb	kuenea	1. to extend 2. to spread out
verb	kuepuka	1. to avoid 2. to evade
n.	kuezeka	straw (to cover a roof)
verb	kufa	die, to
n.	kufa (pl. kufa), mauti	death
phrase	kufa ganzi	numb, to be
verb	kufa maji	drown, to
verb	kufa, kuisha	1. to expire 2. to die
verb	kufaa	suffice, to
verb	kufadhili	1. to befriend 2. to patronize
verb	kufagia	sweep, to
verb	kufahamisha	inform, to
verb	kufahamu	1. to comprehend 2. to be aware 3. to conceive
verb	kufahamu {Unaelewa?}[Sielewi.]	understand, to {Do you understand?} [I did not understand.]
verb	kufanana	1. to correspond with 2. to resemble
verb	kufanana na	like, to be
verb	kufanya	1. to do 2. to make
verb	kufanya -eupe	whiten, to
verb	kufanya adui	antagonize
verb	kufanya biashara	trade, to
verb	kufanya bidii	work with zeal, to
verb	kufanya dhambi	sin, to
verb	kufanya haraka	hurry, to
verb	kufanya huru	1. to liberate 2. to release

139

parts of speech	swahili	english
verb	**kufanya mzaha**	ridicule, to
verb	**kufanya rahisi**	facilitate, to
verb	**kufanya vifinyo**	wrinkle, to
verb	**kufanya, kutenda**	do, to
verb	**kufanyika**	take place, to
verb	**kufanyiza**	1. to cause 2. to construct 3. to make
verb	**kufarakisha**	alienate, to
verb	**kufariji**	1. to comfort 2. to console
verb	**kufasiri**	interpret, to ask to
verb	**kufasiri, kutafsiri**	translate, to
verb	**kufaulu**	1. to achieve 2. to finish 3. to make good 4. to pass
verb	**kufazaika**	troubled, to be
verb	**kuficha**	1. to conceal 2. to hide
verb	**kufifia**	1. to fade 2. to wilt
verb	**kufika**	1. to arrive 2. reach 3. to spring up
verb	**kufikia**	attain, to
verb	**kufikicha**	crumble, to
verb	**kufikili**	consider, to
verb	**kufikiri**	1. to cogitate 2. to ponder 3. to reflect 4. to think about
verb	**kufikiri yasivyo**	miscalculate, to
verb	**kufingirisha**	roll along, to
verb	**kufitini**	revolt against, to
verb	**kufua**	wash, to (clothes)
verb	**kufuahisha**	rejoice, to
verb	**kufuasa nyuma**	retrace the path
verb	**kufuata**	follow, to
verb	**kufuatana na**	escort, to
verb	**kufuatana na, kusindikiza**	accompany, to
verb	**kufuatisha**	transcribe, to
verb	**kufudikiza**	turn upside down, to
verb	**kufufua**	revive, to
verb	**kufukua**	exhume, to
verb	**kufukuza**	1. to drive away 2. to repel
n.	**kufuli**	padlock
verb	**kufumbua, kuvumbua**	discover, to
verb	**kufundisha**	1. to inculcate 2. to instruct 3. to teach
verb	**kufundishwa, kujifunza**	learn, to
verb	**kufunga**	1. to bind 2. to lock 3. to shut 4. to close 5. to tie or tie up
verb	**kufunga chakula**	fast, to

parts of speech	swahili	english
verb	kufunga, kufumba	close, to
verb	kufunganya	pack, to
verb	kufungua	1. to unlock 2. to untie
verb	kufungua (Fungua mlango.)	open, to {Open the door.}
verb	kufunika	wrap, to
verb	kufunika, kutamani	cover, to
verb	kufunua	1. to reveal 2. to unveil
verb	kufupisha	1. to abbreviate 2. to abridge 3. to shorten
verb	kufurahi	1. to be happy 2. to be glad
verb	kufurahia	enjoy, to
verb	kufurahisha	1. to entertain 2. to make happy
verb	kufurika	overflow, to
verb	kufuta	1. to erase 2. to wipe away
verb	kuganda	coagulate, to
verb	kugawa	divide, to
verb	kugawanyia	1. to allocate 2. to assign
verb	kugeuka	turn around, to
verb	kugeuka rangi	blush, to
verb	kugeuza kidogo	modify, to
verb	kugeuza kwa uongo	falsify, to
verb	kugeuza, kujifanya	affect
verb	kughairi	change one's mind, to
verb	kugomba	quarrel, to
verb	kugombeza	1. to rebuke 2. to roar (like a storm)
verb	kugonga	knock, to
verb	kugua	sick, to be
verb	kugugumiza	stutter, to
verb	kugusa	1. to palpate 2. to touch
verb	kuhadisi	recount, to
verb	kuhakiki	1. to monitor 2. to testify 3. to verify
verb	kuhakikisha	make sure, to
verb	kuhalalisha	legalize, to
verb	kuhama	move, to (dwelling)
verb	kuhamakia	1. to reprimand 2. to scold
verb	kuhamisha	1. to banish 2. to be in exile
verb	kuhara	diarrhea, to have
verb	kuhara damu	dysentery, to have
verb	kuharibika	perish, to
n.	kuharibika mimba	miscarriage
verb	kuharibu	1. to spoil 2. to squander 3. to waste

parts of speech	swahili	english
verb	kuharimisha	excommunicate, to
verb	kuhasi	castrate, to
verb	kuhesabu	1. to count 2. to underestimate
verb	kuheshimu	1. to honor 2. to respect
verb	kuhifadhi	preserve, to
verb	kuhimiza	1. to accelerate 2. expedite
verb	kuhitaji	need, to
verb	kuhitilafiana	different, to be
verb	kuhofu, kufadhaika	anxious, to be
verb	kuhubiri	preach, to
verb	kuhukumu	judge, to
verb	kuhukumu au pima	talk against, to
verb	kuhuzunika	sad, to be
verb	kuiba	steal, to
verb	kuiga	1. imitate 2. to mimic
verb	kuimarisha	stabilize, to
verb	kuimba	sing, to
verb	kuinama	1. to stoop down 2. to bend over
verb	kuingia	enter, to
verb	kuingia mwezini	menstruate, to
verb	kuingiza	1. to admit (into a place) 2. to bring in 3. to introduce (something new) 4. to put in
verb	kuingiza ndani	insert, to
verb	kuinua	1. to lift 2. to raise
verb	kuinuka	arise, to
verb	kuishi	live to
verb	kuishi baada ya kufiwa	survive, to
verb	kuita	call, to
phrase	kuiva	cooked, to be well (to be done)
verb	kuja	come, to
verb	kujaa	full, to be (not hungry)
verb	kujadiliana	debate, to
verb	kujalia	grant, to
verb	kujaribu	1. to attempt 2. to dissuade 3. to strive for 4. to tempt 5. to try
verb	kujaza	fill, to
verb	kujenga	build, to
verb	kujiangalia	independent, to be
verb	kujiba	answer, to
verb	kujifanya	make believe, to
verb	kujifunza	study, to

142

parts of speech	swahili	english
verb	kujifunza kwa moyo	memorize, to
verb	kujigamba	brag, to
verb	kujihadhari	beware, to
verb	kujinyata	crouch, to
verb	kujinyima	abstain, to
verb	kujipatia	acquire, to
verb	kujipatia tena	recover, to (find again)
phrase	kujipenda nafsi	self-love
verb	kujipigapiga	thrash around, to
verb	kujishikia yote	monopolize, to
n.	kujistahi nafsi	self-respect
verb	kujisumbua bure	fuss, to
verb	Kujitafutiya kuingiya.	forbid entry, to
verb	kujitahidi	effort, to make an
verb	kujitatiza	tangled up, to get
verb	kujivuna	boast, to
verb	kujizuia	refrain from, to
verb	kujongea	move, to
verb	kujua	know, to
verb	kujuana	acquainted, to be
verb	kujukuna	scratch oneself, to
verb	kujulisha	notify, to
verb	kujumlisha	1. to add up 2. to sum up
verb	kukaa	1. to dwell 2. to stay 3. to remain 4. to inhabit
verb	kukaa, kuketi	sit, to
verb	kukaanga	fry, to
verb	kukaba au kukabwa roho	choke, to
verb	kukabidhi	save, to
verb	kukabili	1. confront 2. to face (someone)
verb	kukagua hesabu	audit, to
verb	kukalia	occupy, to
verb	kukama	milk, to
verb	kukamata	capture, to
verb	kukamata	1. to catch 2. to seize
verb	kukamatisha	stick to, to
verb	kukamua	wring out to
verb	kukana	deny, to
verb	kukanda	knead (as in bread), to
verb	kukandika	plaster, to

143

parts of speech	swahili	english
verb	**kukanyaga**	1. to stamp one's feet 2. to trample on 3. to tread on
verb	**kukaribia**	1. to approach 2. to draw near
verb	**kukaribisha**	welcome, to
verb	**kukaripia**	chide, to
verb	**kukasirika**	angry, to get
verb	**kukata**	1. to cut 2. to sever 3. to amputate 4. to incise
verb	**kukata majani**	mow, to
verb	**kukata tamaa**	despair, to
verb	**kukataa**	1. to decline 2. to exclude 3. to refuse 4. to reject
verb	**kukataza**	1. to forbid 2. to prohibit
verb	**kukausha**	dry, to
verb	**kukawa**	delay, to
verb	**kukaza**	1. to tighten 2. to clench 3. to fix
verb	**kukaza nia**	determine, to
verb	**kukaza ukweli**	assert, to
verb	**kukeua**	straighten that which is bent, to
verb	**kukiasi**	estimate, to
verb	**kukimbia**	flee, to
verb	**kukimbiza**	chase, to
verb	**kukiri**	1. to acknowledge 2. to confess 3. to admit
verb	**kukisi**	guess, to
verb	**kukiuka**	step over, to
verb	**kukodoa**	stare wide-eyed, to
verb	**kukodolea**	stare at, to; to gaze at
verb	**kukohoa**	cough, to
verb	**kukojoa, kunya**	urinate, to
verb	**kukokota**	drag, to
phrase	**kukolea**	seasoned, to be well
verb	**kukoleza**	flavor, to
verb	**kukoma**	cease, to
verb	**kukomba**	hollow out, to
verb	**kukomboa**	redeem, to
verb	**kukomea**	bolt, to
verb	**kukomesha**	1. to end 2. to put an end to
verb	**kukomesha kabisa**	exterminate, to
verb	**kukonda**	1. to become thin 2. to lose weight
verb	**kukondesha**	lose weight, to
verb	**kukopa**	borrow, to (money)

144

parts of speech	swahili	english
verb	kukopesha	1. to lend 2. to loan
verb	kukoroga	stir, to; shake, to
verb	kukoroma	snore, to
verb	kukosa	1. to commit an error 2. to fail 3. to miss
verb	kukosa adabu	misbehave, to
verb	kukosa kutia	omit, to
n.	kuku	1. fowl 2. hen
verb	kukubali	1. to agree on 2. to concede 3. to consent
verb	kukubali, kupokea	approve, to
verb	kukubalia, kupokea	accept, to
verb	kukumbatia	1. to embrace 2. to hug
verb	kukumbatia kwa upendo	caress, to
phrase	kukumbuka	1. to bear in mind 2. to remember
verb	kukumbusha	remind, to
verb	kukunguta	shake, to (as rug)
verb	kukunja	1. to bend 2. to fold
verb	kukunja uso	frown, to
verb	kukusanya	1. to amass 2. to assemble
verb	kukusudi	intend, to
verb	kukuta	1. to come across 2. to find
verb	kukutana	meet, to
verb	kukuza	magnify, to
verb	kukuza hali	improve, to
verb	kukwaa	stumble, to
verb	kukwama	stuck, to be
verb	kula	eat, to
verb	kula rushwa	bribe, to take
verb	kulaani, kutukana	curse, to
verb	kulala	1. to sleep 2. to lie down
verb	kulamba	lick, to
verb	kulaumu	blame, to
adv.	kule	there
verb	kulegea	relax, to
verb	kuleta	bring to
verb	kuleta hoja	plead, to (court)
verb	kuleta msaada	reinforce, to
verb	kulewa	1. to be drunk 2. to be intoxicated
verb	kulia	1. to cry 2. to weep 3. to yell or howl in sorrow
verb	kulima	1. to cultivate 2. to hoe 3. to plow

parts of speech	swahili	english
verb	kulinda	1. to defend 2. to protect 3. to shield
verb	kulingana	coincide, to
verb	kulinganisha	compare, to
n.	kulinganisha, kusawazisha	adjustment
verb	kulipa	1. to pay 2. to reimburse
verb	kulipiza kisasi	avenge, to
verb	kulisha	1. to feed 2. to graze
verb	kulisha vema	nourish, to
verb	kuloga	bewitch, to
verb	kuloweka	wet, to
n.	kuma	vagina
verb	kumaliza	1. to conclude 2. to exhaust 3. to finish
phrase	Kumbe!	What!
verb	kumbwaga	spill, to
verb	kumega	nibble, to
verb	kumenya	peel, to
verb	kumeza	swallow, to
n. & adj.	kumi	ten
n.	kumi na mbili	twelve
n.	kumi na moja	eleven
n.	kumi na nane	eighteen
n.	kumi na nne	fourteen
n.	kumi na saba	seventeen
n.	kumi na sita	sixteen
n.	kumi na tano	fifteen
n.	kumi na tatu	thirteen
n.	kumi na tisa	nineteen
verb	kumiliki	own, to
verb	kumimina	pour, to
verb	kumulika ghafula	flash, to
verb	kumumunya maneno	mumble, to
verb	kumwaga	empty, to
verb	kumwanga	spill, to
verb	kumwangika	spill, to
phrase	Kuna shida gani?	suffering from?, What are you
phrase	Kuna...	There is...
pronoun	Kuna...	they are
verb	kunajisi	defile, to
verb	kunasa, kutega	trap, to
verb	kunawa	wash hands and feet, to
verb	kunawa	wash, to (body-self)

parts of speech	swahili	english
n.	kundi (pl. makundi)	1. flock (of sheep) 2. group 3. swarm 4. herd
verb	kunenepa	obese, to become
verb	kungaa, kuwaka	shine, to
verb	kungariza	sparkle, to
verb	kungoa	take out, to; pull out, to
verb	kungoja	wait for, to
n.	kunguni	bug
verb	kunguruma	1. to growl 2. to roar 3. to thunder
verb	kung'arisha	polish, to
verb	kung'uta chuja	strain, to (filter)
n.	kuni	wood (for fire)
n.	kunjo (pl. makunjo)	wrinkle
verb	kunjua	unfold, to
verb	kunoa	sharpen, to
verb	kunongona	speak indistinctly, to
verb	kunuka	stink, to
verb	kununa	sulk, to
verb	kunungunika	grumble, to
verb	kunung'unika	complain, to
verb	kununua	buy, to
verb	kunusa	smell, to
verb	kunya; kuenda choo	have a stool (bowel movement), to
verb	kunyakua	grab, to
verb	kunyamaa	stop talking, to
verb	kunyamaza	silent, to be
verb	kunyamazisha	1. to make quiet 2. to silence
verb	kunyanganya	plunder, to
verb	kunyauka	dry, to become; to wither
verb	kunyenyekea	humble, to be
verb	kunyesha, kunya	rain, to
verb	kunyima	1. to deprive 2. to withhold
verb	kunyoa	shave, to
verb	kunyoloka	straight, to be (as in line)
verb	kunyolosha	straighten, to
verb	kunyonya	suck, to
verb	kunyonyesha	1. to breast-feed 2. to nurse (suckle)
verb	kunyosha	strained, to become
verb	kunyunyizia	sprinkle, to
verb	kunywa (Unataka kunywa nini?)	1. drink, to (What would you like to drink?) 2. to absorb

parts of speech	swahili	english
verb	kunywea	shrink, to
verb	kuoa (man)	marry, to
verb	kuoga	bathe, to (oneself)
verb	kuogofya	1. to frighten 2. to startle
verb	kuogolea	swim, to
verb	kuogopa	1. to be afraid 2. to dread 3. to fear
verb	kuoka	1. to bake 2. to roast
verb	kuokoa	save, to
verb	kuokota	pick up, to
verb	kuolewa (woman)	marry, to
verb	kuomba	1. to reclaim 2. to appeal 3. to ask for 4. to beg
verb	kuomba radhi	apologize, to
verb	kuomboleza	mourn, to
verb	kuona	see, to
verb	kuona haya	ashamed of, to be
verb	kuondoa	trouble, to
verb	kuondoka	1. to depart 2. to go away 3. to stand up straight
verb	kuondosha	remove, to
verb	kuonekana	1. to appear 2. to show oneself 3. to be visible
verb	kuongeza	augment, to
verb	kuongeza nguvu	fortify, to
verb	kuongeza urefu	lengthen, to
verb	kuongezeka kwa kulimbikwa	accumulate, to
verb	kuongoza	lead, to
verb	kuonja	taste, to
verb	kuonya	counsel, to
verb	kuonyesha	1. to exhibit 2. to show
verb	kuosha	1. to rinse 2. to wash
verb	kuota	grow, to
verb	kuota jua	bask (in the sun), to
verb	kuota ndoto	dream, to
verb	kuotea njiani	ambush, to
verb	kuoza	1. to decay 2. to rot 3. to deteriorate 4. to spoil (food)
verb	kupa	give, to
verb	kupaka mafuta	anoint, to
verb	kupakaa	1. to paint 2. to smear
verb	kupakana na	skirt around, to
verb	kupakiza	load, to

parts of speech	swahili	english
verb	kupalia magugu	weed, to
verb	kupamba	1. to decorate 2. to embellish
verb	kupamba nyumba	furnish, to
verb	kupambanua	distinguish between, to
verb	kupana mikono	shake hands, to
verb	kupanda	1. to ascend 2. to climb 3. to plant 4. to sow
verb	kupanda na kushuka	fluctuate, to
verb	kupanga, kutandika	arrange, to (Put all these things in order.)
verb	kupanganya	pile, to
verb	kupangusa	1. to brush 2. to dust 3. to wipe
verb	kupapasa	1. to feel 2. to stroke
verb	kuparua	scratch, to
verb	kuparuza	scrape, to
verb	kupasha habari	tell the news, to
verb	kupasha habari	warn, to
verb	kupasha moto	heat, to
verb	kupasua	1. to cut lengthwise 2. to rip 3. to tear
verb	kupasua kwa msumeno	saw, to
verb	kupasua mgonjwa	operate (medical), to
verb	kupasuka	split, to
verb	kupasuka ghafula	burst, to
verb	kupaswa	ought (to have to), must
verb	kupata	1. to get 2. to be given 3. to obtain
verb	kupata afya tena	recover, to (from illness)
verb	kupata faida	gain, to
verb	kupata mali	thrive, to
verb	kupata nafuu, kuponya	better (after illness) to be; to be improved physically
verb	kupata tena	regain, to
verb	kupatana	1. to agree 2. to concur
verb	kupatanisha	reconcile, to
verb	kupatiliza	condemn, to
phrase	kupatwa jua	eclipse of the sun
verb	kupatwa na	experience, to
verb	kupayuka	babble, to
verb	kupaza sauti	raise voice, to
verb	kupeleka	speed, to
phrase	kupeleka maombi kwa	apply oneself, to
n.	kupeleka simu	radio
verb	kupelekeana habari	communicate, to

149

parts of speech	swahili	english
verb	kupeleleza	1. to investigate 2. to spy on
verb	kupembea	swing, to
verb	kupembeza	rock, to
verb	kupenda	1. to love 2. to like 3. to be fond of
verb	kupendeza	please, to
verb	kupendezwa	satisfy, to
verb	kupenya	penetrate, to
verb	kupepesa macho	blink, to
verb	kupfanya upatanisho	atone, to
verb	kupiga	1. to hit 2. to beat
verb	kupiga bei	bargain, to
verb	kupiga bunduki	shoot, to (gun)
verb	kupiga chafya	sneeze, to
verb	kupiga filimbi	blow a whistle, to
verb	kupiga fundo	knot, to tie a
verb	kupiga hodi	ask entrance, to
verb	kupiga kafi	paddle, to
verb	kupiga kambi	camp, to
verb	kupiga kelele	noise, to make
verb	kupiga kengele	ring a bell, to
verb	kupiga kite	sigh, to
verb	kupiga kiyowe	scream, to
verb	kupiga kofi	slap, to
verb	kupiga kura	cast lots, to
verb	kupiga mabawa	flap wings, to
verb	kupiga magoti	kneel, to
verb	kupiga makofi	1. to applaud 2. to clap
verb	kupiga mbio	run, to
verb	kupiga miayo	yawn, to
verb	kupiga mustari	draw a line, to
verb	kupiga musumari	nail, to
phrase	kupiga ngumi	punch
verb	kupiga pagi	iron, to
verb	kupiga sanamu	photograph, to
verb	kupiga shabaha	aim, to take
verb	kupiga teke	kick, to
verb	kupiga, kugonga	strike, to (hit)
verb	kupigana	fight, to
verb	kupika	cook, to
verb	kupika pombe	beer, to brew

parts of speech	swahili	english
verb	**kupima**	1. to measure 2. to test 3. to weigh 4. to examine
verb	**kupima kwa hatua**	step, to
verb	**kupima visivyo**	misjudge, to
verb	**kupindua**	1. to triumph 2. to turn over 3. to upset
verb	**kupinduka**	overturn, to
verb	**kupinga**	obstruct, to
verb	**kupisha**	transmit, to
adv.	**kupita**	beyond
verb	**kupita**	1. to happen 2. to go past 3. to surpass
adj.	**kupita yote**	most
verb	**kupitia**	slip out, to
verb	**kupoa**	1. to be cold 2. to become cool
verb	**kupokea**	receive, to
verb	**kupokea kama mwana**	adopt (child)
verb	**kupokea na kufuata**	adopt (habit)
verb	**kupona**	1. to heal 2. to cure 3. to get well
verb	**kuponda**	crush, to
verb	**kupongeza**	congratulate, to (graduate)
verb	**kuponya**	1. to cure 2. to rescue
verb	**kuponyoka**	escape, to
phrase	**kuposa**	1. marriage proposal 2. to woo
verb	**kupotea**	1. to go astray 2. to be lost
verb	**kupotewa na uzuri**	deteriorate, to
verb	**kupoteza**	lose, to
verb	**kupua**	shell, to
verb	**kupuliza**	swollen with air
verb	**kupumzika**	rest, to
verb	**kupungua**	slacken, to
verb	**kupungua thamani**	depreciate, to
verb	**kupungua, kupunguza**	abate, to
verb	**kupunguka**	decrease, to
verb	**kupunguza**	1. to diminish the quantity 2. to reduce
verb	**kupunguza gharama**	economize, to
verb	**kupunja**	trick, to
verb	**kupwesha**	deflate, to
verb	**kurehemu**	pity, to
verb	**kuridhisha**	amends, make
verb	**kurisi**	inherit, to
verb	**kurudi**	1. to come back 2. to return
verb	**kurudi nyuma**	recoil, to (through fear)

151

parts of speech	swahili	english
verb	kurudisha	1. to give back 2. to put back 3. to take back
verb	kurudisha kitu	return something, to
verb	kurudishia hali	replace, to
verb	kurudufya	double, to
verb	kuruhusu	allow, to
verb	kuruhusu	permit, to
verb	kuruka	1. to fly 2. to jump 3. to leap
verb	kuruka kama mpira	bounce, to
verb	kusadiki	believe, to
verb	kusadikisha	convince, to
z	kusafiri	travel, to
n.	kusafiri	traveller
verb	kusafisha	1. to clean 2. to scour
verb	kusaga	1. to grind 2. to squeak
verb	kusahau	forget, to
verb	kusahihisha	1. to correct 2. to rectify
verb	kusaidia	1. to aid 2. to assist 3. to help
verb	kusaidiana	cooperate, to
verb	kusali	pray, to
phrase	kusalimisha	surrender to, to
verb	kusalimu	greet, to
verb	kusaliti	betray, to
verb	kusambaa, kutawanya	1. to scatter 2. to disperse
verb	kusamehe	1. to forgive 2. to pardon
verb	kusawazisha	balance, to
verb	kusema	1. to say 2. to speak 3. to talk
verb	kusema na	1. to say to 2. to speak to
verb	kusema uongo	lie, to
phrase	kusema uwongo	tell a lie, to
verb	kusemezana, kuzungumza	converse with, to
verb	kusengenya	defame, to
verb	kuseta	mash, to
verb	kushambulia	1. to attack 2. to invade
n.	kushambuliwa na maradhi	heart attack
phrase	kushangaa	astounded, to be
verb	kushangaza	1. to amaze 2. to astonish 3. to surprise
verb	kushangilia	celebrate, to
verb	kushariki	1. to compete 2. to take part in
verb	kushauri	consult, to
verb	kushawishi	persuade, to

152

parts of speech	swahili	english
verb	kushibisha	satisfy, to
verb	kushika	1. to abide by 2. to hold 3. to maintain 4. to take hold of
adj.	kushikwa na fadhaa	aghast, to be
verb	kushinda	1. to conquer 2. to defeat 3. to dominate 4. to master 5. to overcome 6. to succeed 7. to vanquish 8. to win
verb	kushindilia	cram, to
verb	kushindwa	give in, to
verb	kushiriki	1. to share with others 2. to participate
verb	kushirikiana katika kazi	collaborate, to
verb	kushona	sew, to
verb	kushtaki	accuse, to
verb	kushtua	dislocate, to (one's joint)
verb	kushuhuda	witness, to
verb	kushuhudia	attest, to
verb	kushuka	get off, to
verb	kushuka, kutelemuka	descend, to; go down, to
verb	kushuku	1. to doubt 2. to suspect 3. to mistrust
verb	kushukuru	thank, to
verb	kushurutisha	1. to coerce 2. to force 3. to insist
verb	kushusha	lower, to
verb	kushusha	unload, to
verb	kusifu	praise, to
verb	kusihi	1. to beseech 2. to implore
verb	kusihi sana	urgent, to be
verb	kusikia	hear, to
verb	kusikiliza	listen, to
verb	kusikitika	grieve, to
verb	kusimama	1. to stand up 2. to get up 3. to recover 4. to arise (from lying position)
verb	kusimamia	1. to withstand 2. to supervise
verb	kusimamisha	1. to arrest 2. to erect 3. to stop
verb	kusimulia	narrate, to
verb	kusindikiza	accompany, to (part of the way)
verb	kusingizia	1. to malign 2. to slander
n.	kusini	south
verb	kusita	hesitate, to
n.	kusita moyoni	indecision
verb	kusitawi	flourish, to
verb	kusokota	1. to braid 2. to twist
verb	kusoma	read, to

parts of speech	swahili	english
phrase	kustaajabu	surprised, to be
verb	kustahili	1. to deserve 2. to mert
verb	kustarehe	ease, to be at
verb	kustawi	successful, to be
n.	kusudi	1. intention 2. motive 3. purpose 4. resolution 5. will
verb	kusugua	scrub, to
verb	kusuka	knit, to
verb	kusukasuka	roll around, to
verb	kusukula meno	brush teeth, to
verb	kusukuma	1. to move 2. to push
verb	kusukumana	jostle, to
verb	kusukusuka	shake, to
verb	kusukutua kooni	gargle, to
verb	kusulibi	crucify, to
verb	kusuta	taunt, to
verb	kutabiri	1. to foretell 2. to predict 3. to prophesy
verb	kutafakari	1. to contemplate 2. to meditate
verb	kutafuna	chew, to
verb	kutafuta	1. to look for 2. to seek 3. to search
verb	kutaharuki	bustle about, to
verb	kutahayarisha	embarrass, to
verb	kutahiri	circumcise, to
verb	kutaja	1. to allude 2. to mention 3. to quote or cite 4. to name
verb	kutajirisha	enrich, to
verb	kutaka	1. to desire 2. to want
n.	kutaka thibitisho	challenge
verb	kutakasa	cleanse, to
verb	kutamani	1. to covet 2. to long for
verb	kutambaa	creep, to
verb	kutambua	1. to recognize 2. to discern
verb	kutambua maana	deduce, to
phrase	kutambusha	what is more
verb	kutandika kitanda	bed, to make a (with grass)
verb	kutangatanga	dawdle, to
verb	kutangatanga	stray, to
verb	kutangaza	1. to announce 2. to publish
verb	kutangua	annul, to
verb	kutangua	undo, to
verb	kutangulia	1. to go before 2. to precede

154

parts of speech	swahili	english
verb	kutanisha	reunite, to
verb	kutanua	expand, to
verb	kutapika {Ninatapita minyoo.)	vomit, to {I am vomiting worms.}
verb	kutatiza	1. to baffle 2. to tangle (ensnare)
verb	kutawala	1. to control 2. to govern 3. to rule
verb	kutayarisha	prepare, to
verb	kutayarisha	prepare, to
verb	kutazama	1. to behold 2. to notice 3. to look 4. to observe
verb	kutazama mbele	foresee, to
verb	kutazamia	expect, to
verb	kutazamia mbele	anticipate, to
n.	kutega kwa hila	decoy
verb	kutegemea	1. to depend on 2. to rely on
verb	kutegemeza	support, to
verb	kutekenya	tickle, to
verb	kutelemka	climb down, (tree), to
n.	kuteleza	slide
verb	kuteleza	slide, to
verb	kutema mate	1. to expectorate 2. to spit
verb	kutembea	1. to ramble 2. to go for a walk
phrase	kutembea parini	hiking, to go
verb	kutenda	behave, to
verb	kutenda, kuigiza hadithi	act, to
verb	kutendea	treat (medical), to
verb	kutenga	1. to detach 2. to disconnect 3. to separate
verb	kutengeneza	1. to ameliorate 2. to mend 3. to organize 4. repair
verb	kutengeneza ifae zaidi	amend, to
verb	kutesa	1. to harass 2. to persecute 3. to torture
verb	kutetemeka	1. to shiver 2. to tremble
verb	kutetisha	seat, to
verb	kuthamini	appreciate, to
verb	kuthibitisha	confirm, to
verb	kuthubutu	dare, to
verb	kutia alama	mark, to
verb	kutia chumvi	exaggerate, to
verb	kutia hasara	damage, to
verb	kutia hewa ya	aerate, to
n.	kutia kiwi	dazzle
phrase	kutia mapaa	roof, to put on

parts of speech	swahili	english
verb	kutia moyo	encourage, to
verb	kutia moyoni	inspire, to
verb	kutia nguvu	invigorate, to
n.	kutia pua	solder, to
verb	kutia sumu	poison, to
verb	kutia wasiwasi	bewilder, to
verb	kutia, kuweka	set, to
verb	kutii	obey, to
verb	kutikisa	shake (object) hard, to
verb	kutimia	reason, to
verb	kutimiza	1. to accomplish 2. to fulfill
verb	kutirika	trickle, to
verb	kutiririka	flow, to
verb	kutisha	intimidate, to
verb	kutoa	1. to give 2. to produce 3. to (fruit) spend 4. to subtract
n.	kutoa damu	hemorrhage
verb	kutoa fedha au msaada	contribute, to
verb	kutoa rushwa	bribe, to
verb	kutoa sadaka	sacrifice, to
verb	kutoa shauri, kuonya	advise, to
verb	kutoangalia	1. to ignore someone 2. to neglect
verb	kutoboa	drill, to (a hole)
verb	kutoka	1. to shed 2. to take out 3. to go out 4. to exit
verb	kutoka damu	bleed, to
verb	kutoka jasho	sweat, to
verb	kutoka kamasi	snivel, to
verb	kutokea	appear, to
verb	kutokea wazi	come out of, to
verb	kutokuwapo	absent, to be
verb	kutolea	offer, to
verb	kutomoa	smash up, to
verb	kutopatana	disagree, to
verb	kutopitika	impasse, to be at an
verb	kutoridhia	disapprove, to
verb	kutorosha	abduct, to
verb	kutosha	sufficient, to be
n.	kutotaka	reluctance
verb	kutoweka	disappear, to
verb	kutowezekana	impossible to do, to be

parts of speech	swahili	english
verb	kutoza kwa nguvu	extort, to
n.	kutu	rust
verb	kutua	pause, to
verb	kutubu	repent, to
verb	kutufata	search, to
verb	kutukia	occur, to
verb	kutukuza	exalt, to
verb	kutulia	calm down, to
verb	kutuma	send, to
verb	kutumaini	hope, to
verb	kutumia	use, to
verb	kutumia vibaya, kutukana	abuse, to (verbal)
verb	kutumika	work, to
verb	kutumikia	serve, to (food)
verb	kutundika	1. to hang up 2. to suspend
verb	kutunga	compose, to
verb	kutungika	hang, to
verb	kutunza	1. to care for (the sick) 2. to look after
verb	kutupa	1. to cast 2. to fling 3. to discard 4. to sling 4. to throw
n.	kutupa jicho	glance
verb	kutuza	reward, to
verb	kutwaa	1. to resume 2. to take
verb	kutwaa; kushika	take, to
verb	kutwalia	take from, to
n.	kutwaliwa	deprivation
verb	kutwanga	pound, to; to crush
verb	kutweta	1. to gasp 2. to pant
phrase	kutwetatweta	breathless, to be
verb	kutweza	despise, to
verb	kuua	kill, to
verb	kuudhi	1. to annoy 2. to irritate 3. to pester
verb	kuudhi, kuongeza ubaya	aggravate, to
verb	kuugua	1. to groan 2. to wail 3. to be ill 4. to moan
phrase	kuuguza	sick, to care for the
verb	kuuliza	ask (question), to
verb	kuulizauliza	interrogate, to
verb	kuuma	1. to ache 2. to bite 3. to have pain 4. to suffer
adj.	kuuma	sore (painful)
verb	kuumba	create, to

157

parts of speech	swahili	english
verb	kuumwa	wounded, to be
verb	kuunga	1. to connect 2. to join (things) 3. to unite
verb	kuupepo	wind, to
verb	kuuza	sell, to
verb	kuuzi	1. to tease 2. to be worried
verb	kuvaa nguo	cover oneself, to
verb	kuvaa; kuchukua	wear, to
verb	kuvalia	dress, to
verb	kuvika	1. to clothe 2. to dress another
verb	kuvimba	swell, to
verb	kuvimbisha	weight, to gain
verb	kuvua	fish, to
verb	kuvuja	leak, to
verb	kuvuka	1. to cross 2. to traverse
verb	kuvuma	blow, to
verb	kuvumbua	1. to explore 2. to invent
verb	kuvuna	harvest, to
verb	kuvunga	change money, to
verb	kuvunja	break, to
verb	kuvunja moyo	discourage, to
verb	kuvunja ndoa	divorce, to
n.	kuvunjika meli	shipwreck
verb	kuvuta	1. to attract 2. to pull 3. to train (child)
verb	kuvuta kwa werevu	entice, to
verb	kuvuta makasia	row, to (boat)
verb	kuvuta mawazo pengine	distract, to
verb	kuvuta pumzi	breathe
verb	kuvuta tumbako	smoke, to
verb	kuwa	be, to
verb	kuwa macho	alert, to be
verb	kuwa mali yake	belong to, to
verb	kuwa mgonjwa	ill, to be
verb	kuwa mwangilizi	charge, to be in
verb	kuwa na	1. to have 2. to possess
verb	kuwa na kigugumizi	stammer, to
verb	kuwa na lazima	should; to be obligated
verb	kuwa na mimba	pregnant, to be
verb	kuwa na upogo	squint, to
verb	kuwa, kufaa	become, to
phrase	kuwahi	time, on

158

parts of speech	swahili	english
verb	kuwaka	catch fire, to
verb	kuwako	exist, to
verb	kuwasha	1. to itch 2. to light (kindle) 3. to rekindle
n.	kuwasho	irritation
verb	kuwasifu	describe, to
verb	kuwasili	reach, to
verb	kuwaza	think, to
verb	kuwaza; kufikiri	think of, to
verb	kuweka	1. to put 2. to deposit 3. to keep
verb	kuweka ahadi	commit oneself, to
verb	kuweka akiba	save, to
verb	kuweka imara	establish, to
verb	kuweka mpaka	limit, to
verb	kuweka nadhiri	vow, to, to swear (oath)
verb	kuweka, kulaza	lay, to
verb	kuweza	1. can 2. to be able
verb	kuwezekana	1. to be feasible 2. to be possible
verb	kuwezesha	enable, to
verb	kuwika	crow, to
n.	kuwika jogoo	cock-crowing
verb	kuwinda	hunt, to
verb	kuyeyuka	dissolve, to
verb	kuyeyusha	melt, to (sugar)
verb	kuyumbayumba	sway, to
verb	kuzaa	1. to bear (child) 2. to give birth
verb	kuzalisha	propagate, to
verb	kuzaliwa	born, to be
verb	kuzama	sink, to
verb	kuzamisha	submerge, to
verb	kuzani	suppose, to
verb	kuzarau	insult, to
verb	kuziba	stop up, to
verb	kuziba njia	block, to
verb	kuzidi	1. to exceed 2. to increase
verb	kuzidisha	multiply, to
verb	kuzika	bury, to
verb	kuzima	extinguish, to
verb	kuzimia	faint, to
phrase	kuzimika	go out (fire) , to
verb	kuzingira	encircle, to

159

parts of speech	swahili	english
verb	kuzini	adultery, to commit
verb	kuzoea	1. to be accustomed 2. exercise 3. to practice
verb	kuzomea	boo, to
verb	kuzuia	1. to hinder 2. to prevent
verb	kuzunguka	1. to go around 2. circulate 3. to surround
verb	kuzungumza	chat, to
verb	kuzungumzia habari	discuss, to
verb	kuzungusha	surround, to (To have rings under one's eyes.)
verb	kuzuru	visit, to
prep.	kwa	1. for 2. to
adv.	kwa ajilini gani	why?
adv.	kwa dhahiri	clearly
n.	kwa heri	good-night
phrase	Kwa heri.	Good-bye.
adv.	kwa hiyo	accordingly
adv.	kwa kawaida	1. generally 2. normally
adv.	kwa kusudi	intentionally
conj.	kwa kuwa, kwa maana, kwa sababu	because
conj.	kwa maana	whereas
adv.	kwa maana gani	why
prep.	kwa mbele	along
phrase	kwa mfano	instance, for
phrase	kwa muda gani	how long
adv.	kwa nini, mbona	why
adv.	kwa nusu	partly
conj.	kwa sababu hii	because of
adv.	kwa saburi	patiently
adv.	kwa shida	1. barely 2. narrowly
phrase	kwa upande wa kuume	right, on the
prep.	kwa, na	by (through)/ (near)
prep.	kwa, na, pamoja na	with
conj.	kwani, maana, kwa sababu	because
adv.	kwanza	1. at first 2. to begin with
n.	kwapa	armpit
adv.	kweli	1. indeed 2. in fact 3. really
n.	kweli	truth
adj.	kweli {Kweli.}	true {You speak the truth.}
verb	kwenda	1. to walk 2. to go
verb	kwenda kuamkia	call on, to

160

parts of speech	swahili	english
verb	kwenda; kuondoka	go, to; to leave
n.	kwikwi	hiccup
adv.	labda	1. maybe 2. perhaps 3. possibly
n.	ladha	flavor
adj.	laini	1. smooth 2. soft
n. & adj.	laki	hundred thousand
conj.	lakini	1. but 2. at least
n.	lawama	condemnation
verb	lazima	must
n.	lazimu	necessity
adv.	leo	today
n.	limau (pl. malimau)	lemon
interj.	Lino!	Look!
n.	lugha	language
n.	lulu (pl. malulu)	pearl
n.	maafa	calamity
n	maakuli mema	nourishment
n.	maamuzi	decision (final)
n.	maana	1. importance 2. meaning 3. significance
n.	maarifa	knowledge
n.	maarifa ya vita	tactics
n.	maasi (pl.)	revolt
n.	mabishano	1. argument (dispute) 2. controversy
n.	machafuko makubwa	chaos
n.	machela	stretcher
n.	Machi; mwezi wa tatu wa mwaka wa kizungu	March
n.	machila	hammock
n.	machozi	tears
n.	machukio	aversion
n.	madakizo	interruption
n.	madaraka	liability
n.	madhara	injury
n.	madini	1. metal 2. tool
n.	maelekeo	tendency
n.	maelezo	explanation
n.	maendeleo	progress
n.	maendeleo mazuri	improvement
n.	mafundisho; somo (pl. masomo)	teaching, (lesson)
n.	mafunzo	education
n.	mafuriko	flood

parts of speech	swahili	english
n.	mafuta	1. fat 2. grease 3. lubricant 4. oil
n.	mafuta ya motakaa	petroleum
phrase	Magalibi imefika.	dark., It is getting
phrase	Magalibi mzuli.	Have a good evening.
n.	maganda (pl.)	peelings
n.	magharibi	sunset
n. & adj.	magharibi	west
n.	magombezi	reprimand
n.	mahali fulani	locality
n.	mahali nyumbani pa kukokea moto	fireplace
verb	mahali pa kukaa	accommodate, to
n.	mahali pa kukaa	lodging place
adj.,adv.	mahali pengine	away
n.	mahari	dowry
n.	maheshe	gorilla
n.	maili	mile
n.	maini	liver
n.	maisha	existence
n.	maisha, udogo	life
n.	maishilio	livelihood
n.	maiti	corpse
n.	majani (pl.)	grass
n.	maji	water
adj.	majimaji	1. damp 2. wet
n.	majivu (pl.)	ashes
n.	makaa ya miti	charcoal
n.	makaa ya moto	embers
n.	makaburini	cemetery
n.	makamasi	nasal mucous
n.	makasi	scissors
n.	makelele	noise
n.	makelele mengi	pandemonium
interj.	Makelele!	Silence!
n.	makokoto (pl.)	pebble
n. & adj.	makumi mawili; ishirini	twenty
n.	malaika	angel
n.	malalo ya mnyama wa mwitu	lair
phrase	Malangapi?	How many times?
n.	malaya	prostitute
n.	mali	property
n.	mali, utajiri	wealth

162

parts of speech	swahili	english
n.	malipo	1. atonement 2. payment
n.	malipo ya uzeeni	pension
n.	malisho	pasture
n.	malkia	queen
n.	mama mdogo	aunt (mother's sister)
n.	mama mkuu; nyanya	grandmother
n.	mama mzazi	1. mama 2. mother
n.	mamba	crocodile
n.	mamba wa (Amerika)	alligator
phrase	Mambo?	How are you doing?
n.	mamena	groin
n.	mamlaka	1. power (authority) 2. rule
n.	maneno	message
n.	manukato	perfume
n.	maombi	prayer
n.	maongezi	chat
n.	maono	feelings
n.	mapatano	1. agreement 2. bargain 3. sympathy
n.	mapatano ya kukutana	appointment
adv.	mapema	early
n.	mapendo	love
n.	mapenzi	wish
n.	mapigano	conflict
n.	mapokeo	tradition
n.	mara	occasion
adv.	mara kwa mara	1. again and again 2. frequently 3. now and then 4. occasionally 5. from time to time
adv.	mara mbili	twice
adv.	mara moja	1. immediately 2. right now 3. instantly
adv.	mara moja tu	once
adv.	mara na mara	sometimes
adv.	mara nyingi	often
adv., n.	mara, wakati (pl. nyakati)	time
n.	maradhi ya pukupuku	epidemic
n.	marhamu	ointment
n.	marufuku	forbidden
n.	masamaha	forgiveness
n.	mashaka	1. hardship 2. perplexity
n.	mashaka; taabu	difficulty
n.	mashambulio	attack

parts of speech	swahili	english
n.	mashariki	east
n.	mashini	machine
n.	mashtaka	1. accusation 2. trial
adj.	mashuhuri	famous
adj.	masikini	poor
phrase	masikini	poor person
n.	masimulizi	narrative
n.	masingizio	slander
n.	masizi	soot
n.	matamvua	fringe
n.	matata	complication
n.	matatizo?	problem?
n.	mate	1. saliva 2. spit
n.	matembezi ugenini	excursion
n.	matengenezo	1. amendment 2. organization 3. preparation
n.	mateso	persecution
n.	matoke	plantain
n.	matope	mud
n.	matubwitubwi	mumps
n.	matukio	occurrence
n.	matumaini	hope
n., med	matumbo (pl.)	intestines
n.	matumizi	use
n.	matunda	dessert
n.	matusi (pl.)	insult
n.	maugomvi (pl.)	quarrels
n.	mauguzi	groan
n.	maulana	lord
n.	maumbile	nature
n.	maumivu (pl.)	1. pain 2. ache
n.	maumivu makali	agony
n.	maumivu ya kichwa	headache
n., med	maumivu ya viunoni	lumbago
n.	maungamo	confession
n.	mavi (pl.)	excrement
n.	mavumbi	dust
n.	mavuno (pl.)	1. crop (farming) 2. harvest
n.	mawese	palm oil
n.	mawindo	game, wild
n.	mazabahu	altar

164

parts of speech	swahili	english
n.	mazeru (pl.)	albinos
n.	mazigazi	hallucination
n.	maziko	funeral
n.	mazingira	environment
n.	maziwa (pl.)	milk
n.	maziwa ya mama	breast milk
n.	maziwa ya mtindi	cream
phrase	maziwa ya unga	powdered milk
n.	maziwa yaliyoenguliwa	skim milk
n.	mazungumzo	1. conversation 2. dialogue 3. discussion 4. talk
n.	mbaazi (pl. mibaazi)	pea
adj.	mbali	1. aloof 2. apart 3. far
adj.	mbali mbali	different
prep.	mbali na	far from
adv.	mbali zaide	farther
n.	mbegu	seed
adv.	mbele	1. ahead 2. in front of
prep.	mbele ya	before
adv.	mbele ya, kabla ya	before
adv.	mbele zaidi	further
n.	Mbelgiji	Belgium
n. & adj.	mbili	two
n.	mbinguni	heaven
adv.	mbio, upesi	quickly
n.	mboga	1. squash (botanical) 2. vegetable
n.	mbolea	fertilizer
n., med	mboni ya jicho	pupil, (eye)
n.	mbu	mosquito
n.	mbuni	coffee plant
n.	mbuzi	goat
n.	mbwa	dog
n.	mbweha	fox
n.	mchaguo	election
n.	mchana	daytime
n.	mchana kutwa	day long, all
n.	mchanga (pl. michanga)	sand
n.	mchanganyiko (pl. michanganyiko)	mixture
n.	mchawi (pl. wachawi)	witch
n.	mchele (pl. michele)	rice
n.	mchezo (pl. michezo)	game

parts of speech	swahili	english
n.	mchirizi	gutter
n.	mchukuzi	porter
n.	mchumba	fiancé
n.	mchungaji (pl. wachungaji)	shepherd
n.	mchungaji wa roho	pastor
n.	mchuzi (pl. michuzi)	1. gravy 2. sauce 3. soup
n.	mchuzi wa nyanya	ketchup
n.	mdanganyifu (pl. wadanganyifu)	cheater
n.	mdomo (pl. midomo)	lip
n.	mdudu (pl. wadudu)	insect
phrase	mdukizi	meddler
n.	Mei; mwezi wa tano wa mwaka wa kizingu	May
adv.	melini, chomboni	aboard
n.	mende	cockroach
n.	meta	meter
n.	methali	proverb
n.	meza	1. table 2. desk
n.	mfalme (pl. wafalme)	king
n.	mfano (pl. mifano)	1. analogy 2. comparison 3. example 4. likeness 5. symbol
n.	mfano wenye mafundisho	parable
n.	mfanya kazi	worker
n.	mfanyi biashara	trader
n.	mfereji (pl. mifereji)	1. channel 2. ditch
n.	mfu (pl. wafu)	dead person
n.	mfuko (pl. mifuko)	1. bag 2. pouch 3. pocket 4. sack
n. med	mfuko wa pumbu	scrotum
n.	mfulizo	continuation
n.	mfumu (pl. wafumu)	witch doctor
n.	mfungwa (pl. wafungwa)	prisoner
n.	mfupa (pl. mifupa)	bone
n., med	mfupa wa mkono katkati ya kiko na bega	humerus
x	mganga (pl. waganga)	doctor (academic, medicine)
n.	mgawo	division
n.	mgeni (pl. wageni)	1. foreigner 2. guest 3. visitor
n., med	mgogoro	deadlock
n., med	mgongo	back (of a person)
adj. & n.	mgonjwa (pl. wagonjwa)	1. invalid 2. sick person
n.	mguu (pl. miguu)	1. foot 2. leg
n.	mhalifu	criminal

parts of speech	swahili	english
n.	Mhindi	Indian
n.	mhubiri (pl. wahubiri)	preacher
n.	mhunzi	blacksmith
adj. & n.	mia	hundred (one hundred)
n.	mia kenda	nine hundred
n.	mia mbili	two hundred
n.	mia nne	four hundred
n.	mia saba	seven hundred
n.	mia sita	six hundred
n.	mia tano	five hundred
n.	mia tatu	three hundred
n.	mifugo	cattle
adv.	mikono bule	empty-handed, (to be)
adv.	milele	forever
n.	mimba	1. embryo 2. fetus 3. pregnancy
pronoun	mimi	1. I 2. me
pronoun	mimi mwenyewe	myself
phrase	Mimi ni mgonjwa.	I am ill.
n., med	minyoo	intestinal worms
n.	miwani	glasses (eye)
n.	mizigo	luggage
n.	mjane (pl. wajane)	widower
n.	mjane (pl. wajane)	widow
n.	mjengaji (pl. wajengaji)	builder
n.	Mjeremani, Kidachi	German
n.	mji (pl. miji)	1. city 2. town
n.	mji mkuu	capital (city)
n., med	mji wa mimba	uterus
n.	mjinga (pl. wajinga)	ignoramus
n.	mjomba (pl. wajomba)	uncle, maternal
n.	mjukuu	grandchild
n.	mjumbe	precursor
n	mjumbe (pl. wajumbe)	messenger
n.	mjusi	lizard
n.	mkaguaji	examiner
n.	mkahawa (pl. mikahawa)	café
n.	mkale	ancestor
n.	mkalimani	interpreter
n.	mkana Mungu	atheist
n.	mkangazi	mahogany
n.	mkate (pl. mikate)	bread

167

parts of speech	swahili	english
n.	mkato	section
n.	mkeka (pl. mikeka)	mat, grass woven
n.	mkia (pl. mikia)	tail
n.	mkichaa	lunatic
n.	mkimbizi	refugee
n., med	mkojo	urine
n.	mkombozi	redeemer
n.	mkombozi (pl. wakombozi)	replacement
n.	mkono (pl. mikono)	1. arm 2. hand 3. trunk (of elephant)
n.	mkopo	loan (borrowing)
n.	Mkristo	Christian
n.	mkuki (pl. mikuki)	spear
n.	mkulima	peasant
n.	mkulima (pl. wakulima)	cultivator
n.	mkundu	anus
n.	mkunga	midwife
n.	mkutano (pl. mikutano)	1. crowd 2. meeting 3. gathering
adj. & n.	mkuu wa jeshi	general
n.	mlafi (pl. walafi)	glutton
n.	mlango (pl. milango)	1. door 2. goal (as in football) 3. entrance
n.	mlango wa nje	gate
n.	mlevi (pl. walevi)	drunkard
n.	mlima (pl. milima)	1. hill 2 mountain
n.	mlima wa moto	volcano
n.	mlimaji (pl. walimaji)	farmer
n.	mlinzi (pl. walinzi), zamu	guard
n.	mluzi	whistle
n.	mbuti (pl. wabuti)	pygmy
n.	mmea (pl. mimea)	plant
n.	mnara (pl. minara)	tower
n.	mngoje	watchman
adv.	mno	extremely
n.	mnyama (pl. wanyama)	animal
n.	mnyanganyi (pl. wanyanganyi)	1. robber 2. thief
n.	mnyororo (pl. minyororo)	chain
adj. & n.	moja	one
n.	momonyoko wa ardhi	erosion
n.	moshi	smoke
n.	motakaa	1. automobile 2. car
n.	motakaa ya abiria	bus

parts of speech	swahili	english
n.	moto (pl. mioto)	fire
n.	moyo (pl. mioyo)	heart
n.	moyo nafsi	soul
n.	moyo, nafasi	self
n.	mpaka	limitation
n.	mpaka (pl. mipaka)	1. frontier (border) 2. limit 3. boundary
phrase	mpaka sasa	hither and yon
n.	mpala	gazelle
n.	mpato	income
n.	mpelelezi (pl. wapelelezi)	spy
n.	mpenzi	boyfriend
n.	mpenzi	girlfriend
n.	mpini, shikio	handle
n.	mpira	tire
n.	mpira (pl. mipira)	1. ball 2. football (U.S. soccer ball) 3. rubber
n.	mpishi (pl. wapishi)	cook
n.	mpitaji	passerby
n.	mpumbavu (pl. wapumbavu)	fool
n.	mpwa	nephew
n.	mpwa wa kike	niece
n.	mrija	funnel
n.	mrungula	blackmail
n.	msaada	1. maintenance 2. backing (support) 3. aid, financial
n.	msafa (pl. misafa)	1. alignment 2. row
n.	msafiri (pl. wasafiri)	traveler
n.	msaidizi	assistant
n.	msalaba (pl. misalaba)	cross
n.	mshahara (pl. mishahara)	1. wages 2. salary
n.	mshairi	poet
n.	mshale (pl. mishale)	arrow
n.	mshangao (pl. mishangao)	wonder
adj. & n.	mshenzi (pl. washenzi)	heathen
n.	mshinda (pl. washinda)	winner
n.	mshipa (pl. mishipa)	1. nerve 2. muscle
n.	mshipa mkubwa wa damu	artery
n.	mshipi (pl. mishipi)	belt
n.	mshiriki katika kazi	partner
n.	mshitaki (pl. washitaki)	plaintiff
n.	mshtuko, kamsa	alarm

169

parts of speech	swahili	english
n.	mshuhuda (pl. washuhuda)	witness
n.	mshumaa	candle
n.	msiba	adversity
n.	msiba mkuu	catastrophe
n.	msichana (pl. wasichana)	girl
n	msikwao	homeless
n.	msikwao	outcast
n.	msimamizi (pl. wasimamizi)	1. director 2. steward 3. boss 4. manager
n.	msimiko	erection
n.	msingi (pl. misingi)	foundation
n.	mstadi, (pl. wastadi)	artist
n.	mstari (pl. mistari)	line
n.	msumari (pl. misumari)	1. pin 2. nail (metal)
n.	msumeno	saw
n.	mswaki (pl. miswaki)	toothbrush
n.	mtai (pl. mitai)	scratch
n.	mtaka kazi au cheo fulani	candidate
n.	mtama (pl. mitama)	1. sorghum 2. millet
n.	mtangulizi (pl. watangulizi)	forerunner
adj. & n.	mtawa (pl. watawa)	unmarried person
n.	mtawa mwanamume	monk
n.	mtawa wa kike	nun
n.	mtego (pl. mitego)	trap, snare
n.	mtenda (pl. watenda)	actor
n.	mtesi (pl. watesi)	persecutor
n.	mteteaji	advocate
n.	mti (pl. miti)	tree
n.	mti wa jamii ya mnazi	palm tree
n.	mtindo	type
n.	mtini	fig tree
n.	mto (pl. mito)	1. river 2. pillow
n.	mtoto (pl. watoto); mwana (pl. wana)	child
n.	mtoto mdogo	infant
n.	mtoto muchanga	baby (newborn)
n.	mtoto wa bandia	doll
n.	mtoto wa kipepeo	caterpillar
n.	mtoto wa kiume	boy
n.	mtu (pl. watu)	person
adj. & n.	mtu asiye Mkristo	pagan
n.	mtu asiyeoa	bachelor
n.	mtu wa kazi	employee

parts of speech	swahili	english
n., med	mtulinga	1. clavicle 2. scapula
n.	mtumbwi (pl. mitumbwi)	canoe (dugout)
n.	mtume (pl. mitume)	apostle
n.	mtumishi (pl. watumishi)	servant (male or female)
n.	mtumwa (pl. watumwa)	slave
n.	mtungaji (pl. watungaji)	inventor
n.	mtungi (pl. mitungi)	1. jug 2. water pot
n.	mtunza bustani	gardener
n.	mubilingani (pl. mibilingani)	eggplant
phrase	Muchana muzuli.	Have a good morning.
n.	muda	1. deadline 2. duration 3. period (of time)
n.	muda wa kati	interim
adj.	muhimu	important
n.	muhindi (pl. mihindi)	1. corn 2. maize
n.	muhogo, (pl. mihogo)	cassava
n.	muhtasari	summary
n.	muhuri (pl. mihuri)	seal
n.	mukono wa kushoto	hand, left
n.	mukono wa kuume	hand, right
n.	mume (pl. waume)	husband
n.	Mungu	God
adv.	muno	1. exceedingly 2. very much
n.	mupango, matengenezo	arrangement
n.	musaada	help
n., med	mushipa wa damu	blood vessel
n.	mutakatifu (pl. watakatifu)	saint
n.	mutawala (pl. watawala)	ruler (person)
n., med	muundi wa mguu	tibia
n.	muwa (pl. miwa)	sugar cane
n.	muziki	music
n.	mviringo (pl. miviringo), duara	circle
n.	mvivu (pl. wavivu)	lazy person
n.	mvo	torrent
n.	mvua	rain
n.	mvua ya mawe	hail
n.	mvuke (pl. mivuke)	1. steam 2. vapor
n.	mvuke kama hewa	gas
n.	mvulana (pl. wavulana)	young man, (unmarried)
n.	mvunjo	fracture
n.	mvuto	influence

parts of speech	swahili	english
n.	mvuvi (pl. wavuvi)	fisherman
n.	mwadhimisho	celebration
phrase	mwahdishi ovyo	scribe
phrase	mwaka huu	this year
adv.	mwaka kwa mwaka	year after year
phrase	mwaka wa jana	last year
phrase	mwaka wa kesho	next year
n.	mwaka, (pl. miaka)	year
n.	mwali; kibibi (pl. vibibi)	1. young lady (unmarried) 2. Miss
n.	mwalimu (pl. walimu)	1. teacher 2. master
n.	mwalimu mkuu	professor
n.	mwamba (pl. miamba)	rock
n.	mwamuzi (pl. waamuzi)	judge
n.	mwana (pl. wana)	son
n.	mwana sheria	lawyer
n.	mwana wa mfalme	prince
n.	mwanadamu (pl. wanadamu)	man
n.	mwanafunzi (pl. wanafunzi)	1. pupil 2. student
n.	mwanafunzi wa kazi	apprentice
n.	mwanamke (pl. wanawake)	female
adj. & n.	mwanamume (pl. wanaume)	male
n.	mwanamwali	maid
n.	mwanaume (pl. wanaume)	man
n.	mwandishi (pl. wandishi)	secretary
n.	mwangalizi	caretaker
n.	mwanya	gap
n.	mwanzi (pl. mianzi)	bamboo
n.	mwanzo (pl. mianzo)	1. beginning 2. inception
n.	Mwarabu	Arab
n.	mwashi	mason
n.	mwashi aakaye kwa matofali	bricklayer
adj. & n.	mwasi (pl. wawasi)	1. rebel 2. insurgent
n.	mwavuli (pl. miavuli)	umbrella
n.	mwendo (pl. miwendo)	1. trip 2. journey 3. rhythm 4. movement
n.	mwenendo (pl. mienendo)	1. behavior 2. conduct
n.	mwenge (pl. miwenge)	torch
n.	mwenye akili maalum	genius
n.	mwenye amri	commander
n.	mwenye kuwapo	bystander
n.	mwenye ukoma	leper
n.	mwenye-kiti	chairman

172

parts of speech	swahili	english
n.	mwenyeji (pl. wenyeji)	native
n.	mwenyeji wa Canada	Canadian
n.	mwenzi	1. mate (a pair of things) 2. companion 3. associate
n. & adj.	mweusi	black (for person)
n.	mwezi (pl. miezi)	1. month 2. moon
phrase	mwezi kesho	next month
n.	mwiba (pl. miiba)	thorn
n.	mwigo sawasawa	facsimile
n.	mwiko (pl. miiko)	1. trowel 2. taboo
n.	mwili (pl. miili)	body
n.	mwindaji (pl. waindaji)	hunter
adv.	mwisho	1. at last 2. finally
n.	mwisho (pl. miisho)	1. conclusion 2. end
n.	mwito (pl. miito)	call
n.	mwito wa kuku kwa watoto wake	cluck
n.	mwitu	1. forest 2. jungle
adj.	mwivi	thieving
n.	mwoga	coward
n.	mwokozi	1. rescuer 2. savior
n.	mwombaji (pl. waombaji)	beggar
n.	mwongo	liar
n.	mwuaji (pl. waji)	murderer
n.	mwuguzi	nurse
n.	mwujiza	miracle
n.	mwungano	alliance
n.	mwungwana	gentleman
n.	mwuza (pl. wauza)	vendor
n.	mwuza nyama	butcher
n.	mzabibu (pl. mizabibu)	vine
n.	mzao (pl. wazao)	offspring
n.	mzazi (pl. wazazi)	parent
n.	mzee (pl. wazee)	old man
n.	mzigo (pl. mizigo)	1. burden 2. load
n.	mzinga	beehive (empty)
n.	mzingo	circumference
n.	mzio	allergy
n.	mzizi (pl. mizizi)	root
adj.	Mzungu (pl. Wazungu)	European
n.	mzungu (pl. wazungu)	white person
conj.	na	and

parts of speech	swahili	english
n.	nabii (pl. manabii)	prophet, seer
phrase	Naelewa.	I don't understand.
n.	nafaka	grain
n.	nafasi	1. opportunity 2. respite 3. space
phrase	Nafikiri...	think that..., I
phrase	Nafurahi kukufahamu.	Nice to meet you. (one person)
phrase	Nahitaji mwuguzi sasa.	I need a nurse right away.
phrase	Nahitaji...	I need...
interj.	Nakubali.	O.K.
n.	namna	1. kind (species) 2. sort
adv.	namna gani	how
n.	namna ya fulana nzito	sweater
n.	nanasi (pl. mananasi)	pineapple
adj. & n.	nane	eight
n.	nanga	anchor
phrase	nani (Unatafuta nani?)	who (Who are you looking for?)
phrase	Nasema kidogo Kiswahili.	I speak a little Swahili.
phrase	Nasikia hafifu.	I am tired.
phrase	Nasikia kiu.	I am thirsty.
phrase	Nataka dawa kwa kuhara.	I want something to treat diarrhea.
phrase	Nataka...	1. I want... 2. I am looking for
n.	nauli	fare, price
n.	ncha	point
adj.	nchi	1. country 2. land
n.	nchi ya Africa	African continent
n.	nchi ya Amerika	America, US of
n.	ndama {shavu la mguu}	calf {calf - lower leg}
adv. prep.	ndani ya	inside
n.	ndege	1. airplane 2. bird (small)
n.	ndege mbaya	omen, bad
n.	ndege njema	omen, good
n.	ndevu (poil de barbe = udevu)	beard
adv.	ndi	here is
n.	ndimu	lime (fruit)
adv.	ndiyo; ndivyo; naam	yes
n	ndizi	banana
n.	ndoa	marriage
n.	ndoana	fish-hook
n.	ndobani, kulabu	hook
n.	ndoo	1. bucket 2. pail
n.	ndoto	dream

parts of speech	swahili	english
n.	ndugu	relative
n.	ndugu, kaka	brother
n.	neema	grace
n.	neno (pl. maneno)	word
n.	neno la kuchekesha	joke
phrase	Neno...lina maana gani?	word mean?, What does this
n.	ngabo	shield
adv.	ngambo	other side
n.	ngamia	camel
n.	ngano	wheat
n.	ngazi	1. ladder 2. staircase
phrase	Ngo jasaa kidogo.	minute., Just a
interj.	Ngoja!	Wait!
n.	ngoma	drum
n.	ngombe	cow
n.	ngome	castle
n.	ngozi	1. skin 2. pelt
n.	ngozi laini ya manyoya	fur
n.	ngumi	fist
n.	nguo	1. clothes 2. garment
n.	nguo ya kimia	lace
n.	nguo ya kutandika kitandani	sheet
n.	nguruwe	pig
n.	nguvu; bidii	1. strength 2. virtue 3. energy
n.	nguvu ya kushika	tenacity
n.	nguzo	pillar
n.	ng'ombe dume	bull
verb	ni	is (to be)
phrase	Ni bei gani?	How much does this cost?
phrase	Ni ghali mno.	That's too expensive. (thing)
phrase	Ni karibu?	Is it close?
phrase	Ni mamoja kwangu.	I don't mind.
phrase	Ni mbali?	Is it far?
x	Nibeyisana.	That is too expensive. (service)
n.	nidhamu	discipline
phrase	Nimeshiba.	I am full.
phrase	Nina agizo la daktari.	Here is my prescription for medicine.
phrase	Nina maumiva ya kichwa.	I've got a headache.
phrase	Nina njaa.	I am hungry.
phrase	Ninajua.	I know.
phrase	Ninakwenda uwanja wa ndege.	I am going to the airport.

parts of speech	swahili	english
phrase	Ninakwenda...	I am going to...
phrase	Ninapenda...	I like...
pronoun	ninyi	you (plural)
phrase	Nisikia furaha.	I am happy.
phrase	Niwie radhi.	Excuse me.
n.	njaa	hunger
n.	njaa kuu	famine
adv.	nje	1. out 2. outside
prep.	nje ya	outside of
n.	njia	1. means (of doing something) 2. street 3. road
n.	njia panda	crossroads
n.	njia ya kufikia	access
n.	njia ya kufikia	path
n.	njia ya kukatiliza	short cut
n. & adj.	njia ya pili	alternative
n.	njiwa	pigeon
n.	njuga	bell
adj. & n.	nne	four
n.	nondo	moth
verb	nong'ona	whisper, to
n.	Novemba	November
n.	nta	wax
n.	nukta	moment
n.	nuru	light
n.	nusu	half
adv.	nusu	half
n.	nyama	meat
n.	nyama (kimbibi)	flesh (to have goose bumps)
n.	nyama ya nguruwe	pork, hog
n.	nyani	ape
n.	nyanya	tomato
n.	nyati	buffalo
n.	nyoka	1. cobra 2. snake
n., med	nyongo	1. bile 2. gallbladder
n.	nyota	star
n.	nyoya	feather
n.	nyuki	bee
adv.	nyuma	backwards
adv, n. prep.	nyuma ya	behind

parts of speech	swahili	english
n.	nyumba	dwelling place, house
prep.	nyumba	home
n.	nyumba ndogo	cottage
n.	nyumba ya mfaime	court
n.	nyumba ya sayansi	laboratory
n.	nyundo	hammer
n.	nyushi	eyebrow
n.	nzige	locust
phrase	Nzuri kabisa.	It is good.
n.	Ogusti, mwezi wa nane wa mwaka wa kizungu	August
n.	Oktoba	October
n.	orodha ya vyakula	menu
n.	oteo	ambush
n.	paa	1. antelope 2. gazelle
adj. & n.	pacha	twin
n.	pafu	lung
n.	pahali (pl. pahali)	place
n.	paja (pl. mapaja)	thigh
n.	paji la uso	forehead
n.	paka	cat
adv.	pale	over there
adj.	pale pale	instantaneous
n.	palipo katikati hasa	center, in the
n.	pamba	cotton
n.	pambazuko	dawn
adv.	pamoja	together
n.	panga (pl. mapanga)	machete
n.	pango (pl. mapango)	cave
n.	pango la mnyama	den
n.	panja	temple
n.	panya	rat
n.	panya mdogo	mouse
n.	panzi (pl. mapanzi)	grasshopper
n.	papai	papaya
n.	papo la moyo	palpitation
n.	Pasaka	Easter
n.	pasi	iron (for clothes)
adj.	pasipo maana	frivolous
adj.	pasipo nguvu	impotent
n.	pata (pl. mapata)	hinge

177

parts of speech	swahili	english
adj.	peke yake	alone
n.	pembe (pl. mapembe)	1. horn (of animal) 2. corner
n.	pembea	swing (for child to use)
adv.	pengine	1. elsewhere 2. sometimes 3. somewhere else
prep.	penye, kwa	at
phrase	pepo	spirit, harmful
n.	pepo mbaya	demon
n.	pera	guava
n.	pete	ring
adv.	pia	1. as well 2. completely 3. totally
n.	pia ya goti	knee cap
n.	picha iliyopigwa kwa kamera	photograph
n.	picha ya mtu	portrait
n.	picha, sanamu	picture
verb	piga kikumbo	push away, to
n.	pigano (pl. mapigano)	battle
adv.	pikipiki	motorcycle
n.	pilipili manga	pepper
n.	pinga ya mikono	handcuffs
n.	pingamizi	objection
phrase	po pote	1. anywhere 2. somewhere
adv.	po pote; kila mahali	everywhere, throughout
adv.	polepole	1. easily 2. gently 3. slowly
n.	polisi (pl. mapolisi)	police agent
n.	pombe	beer
n.	porojo	gossip
n.	posta	1. mail 2. post
n.	povu	1. bubble 2. foam 3. froth
n.	pua	1. nose 2. steel
n., med	pumbu (pl. mapumbu)	testicle
n.	pumzi	breath
n.	punda	donkey
n.	punda milia	zebra
n.	pwani	1. beach 2. coast (of river)
n.	pweza	octopus
n.	radi	thunder
n.	rafiki	friend
n.	raha	ease
n.	rahani	guarantee
adj.	rahisi	cheap

178

parts of speech	swahili	english
n.	rai	opinion
n.	raia	citizen
n.	ramani	map
n.	rangi	1. color 2. peinture (f)
adj.	rangi ya kunde	brown
adj. & n.	rangi ya zambarau bivu	purple
n.	rehema	mercy
n.	risasi ya bunduki	bullet
n.	roho	spirit
n.	Roho Mtakatifu	Holy Spirit
n.	roho, kizuka	ghost
n.	ruhusa	1. permission 2. time off
n.	ruhusa ya kupita	passport
n.	ruhusu	license
n.	rushwa	bribe
n.	rutuba	moisture
n.	saa	1. clock 2. hour 3. watch
phrase	Saa ngapi?	time?, At what
n.	saa sita usika	midnight
adj. & n.	saba	seven
n.	sababu	cause
adj. & n.	sabini	seventy
n.	sabini na kenda	seventy-nine
n.	sabini na mbili	seventy-two
n.	sabini na moja	seventy-one
n.	sabini na nane	seventy-eight
n.	sabini na nne	seventy-four
n.	sabini na saba	seventy-seven
n.	sabini na sita	seventy-six
n.	sabini na tano	seventy-five
n.	sabini na tatu	seventy-three
n.	sabuni	soap
n.	saburi	patience
phrase	Safari njema.	Have a good trip.
adj.	safi	1. clean 2. correct
n.	safura	jaundice
n.	sahani	1. dish 2. plate
adj.	sahihi	accurate
n.	sahihi	endorsement
n.	sakafu ya chini	floor
n.	saladi	lettuce

179

parts of speech	swahili	english
n.	salamu	greetings
n.	samaki	fish
n.	sambamba	parallel
adv.	sana	1. strongly 2. very
adv.	sana kidogo	fairly
adj.	sana, tele	abundant
n.	sanamu ya kuabudiwa	idol
n.	sanduku (pl. masanduku)	1. chest (crate) 2. box
n.	sanduku la maiti	coffin
n.	sarafu	coin
n.	sarafu ya kifaransa	franc
adv.	sasa	now
adv.	sasa hivi	1. right now 2. right away
n.	sauti	voice
adj.	sawa	1. equal 2. level 3. straight
adv.	sawa	equally
n.	sawa; badala	equivalent
adv.	sawasawa	precisely
n.	sehemu	portion
n., med	sehemu ya chini ya tumbo kubwa	colon
n., med	sekeneko	syphilis
n.	seluji	snow
n.	semeki	in-laws
n.	senti	change (coins)
n.	Septemba	September
n.	seremala (pl. maseremala)	carpenter
n.	serkali	1. government 2. administration
n.	shaba	1. brass 2. copper
n.	shaba nyeusi	bronze
n.	shabaha	target
n.	shahidi	martyr
n.	shaka	1. doubt 2. misgiving
n.	shamba (pl. mashamba)	1. field 2. garden 3. plantation 4. rural
n.	shamba la mizabibu	vineyard
n.	shambilio	aggression
n.	shambulio	charge (in battle)
n.	shangazi (pl. mashangzi)	aunt (father's sister)
n.	shati	shirt
n.	shauri	deliberation
n.	shauri (pl. mashauri)	advice
n.	shavu la uso	cheek

180

parts of speech	swahili	english
n.	shayiri	barley
n.	sheria	law
n.	sheria ya serkali	constitution
n.	sherizi	glue
n.	shimo (pl. mashimo)	1. cavity 2. pit 3. tunnel
n.	shindano (pl. mashindano)	competition
n.	shingo (mashingo)	neck
n.	shirika	1. cooperation 2. partnership
n.	shoka	ax
n.	shughuli	1. concern 2. business
n.	shujaa	hero
n.	shwari	calm, quiet
adv.	si	not
adj.	si -a shari	harmless
pronoun	si kitu	nothing
adv.	si mahali po pote	nowhere
adj.	si mara nyingi	infrequent
pronoun	si mtu	no one
adv.	si sana	moderately
adj.	si ya kawaida	irregular
n.	siagi	butter
n.	sidiria	bra
n.	sifa	1. fame 2. praise 3. reputation
phrase	sifa mbaya	reputation, to have a bad
n.	sifongo	sponge
n.	sifuri	zero
n.	sigara	cigar
n.	sigareti	cigarette
phrase	Sijambo	I'm fine.
phrase	Sijui.	I don't know.
n.	siki	vinegar
n.	sikio (pl. masikio)	ear
n.	sikitiko	sorrow, deep
n.	siku	day
adv.	siku hizi	lately
n.	siku ya nne; alhamisi	Thursday
n.	siku yo yote ya juma isipokuwa Jumapili	weekday
adv.	siku zote	all the time
n.	sikukuu ya kuzaliza	birthday
phrase	sikupata	unable to find

181

parts of speech	swahili	english
verb	sikuya vyombo vya nyimbo	play an instrument, to
adv.	sikuzote	always
n.	silaha	weapon
n.	simba	lion
phrase	Sina pesa.	I don't have money.
phrase	Sina...	I don't have...
n.	sindano	needle
phrase	Sipenda...	I do not like...
n.	siri	secret
n.	siri, fumbo	mystery
pronoun	sisi wenyewe	ourselves
pronoun	sisi, siye	we, us
phrase	Sisikii njaa.	I am not hungry.
adj. & n.	sita	six
phrase	Sitaki...	I do not want...
adj. & n.	sitini	sixty
adv.	sivyo	not so; (that is not so)
phrase	Siwezi.	I cannot.
n.	soko (pl. masoko)	market
n.	sokwe	chimpanzee
phrase	Starehe.	Feel at home.
n.	sufuria (pl. masufuria)	pan, cooking
n.	sukari	1. glucose 2. sugar
n.	suke	ear (of sorghum)
n.	sultani	chief
n.	sumu	poison
n.	sungura	1. hare 2. rabbit
n.	sura	1. chapter 2. image
n.	surua	measles
n.	suruali	pants
n.	swali (pl. maswali)	1. inquiry 2. question
n.	taa	lamp
n.	taabu	1. trouble 2. problem 3. worry
n.	taarifa ya gharama	budget
n.	tabia	1. character 2. quality 3. temperament
phrase	Tafadhali.	Please.
n.	tai (pl. matai)	1. vulture 2. eagle
n	taifa (pl. mataifa)	nation
n.	taifa la mtu fulani	nationality
n.	taji	crown
adj.	tajiri (pl. matajiri)	rich

parts of speech	swahili	english
verb	taka bei kubwa kuliko haki	overcharge, to
n.	takataka	1. garbage 2. dirt
n.	takia (pl. matakia)	cushion
n.	tako (pl. matako)	buttock
n.	takwimu	calendar
n.	tamaa	1. lust 2. aspiration
n.	tamaa ya chakula	appetite
n.	tambarare	plain (near river)
n.	tamutamu	candy
n.	tangawizi	ginger
n.	tangazo (pl. matangazo)	1. notice 2. announcement
adv.	tangu	since
phrase	Tangu lini?	ago?, How long
adv.	tangu sasa	henceforth
prep.	tangu...hata	from...to (time)
adj. & n.	tano	five
n.	tanuu	kiln
adv.	taratibu	1. carefully 2. orderly
n.	tarehe	date (in month)
n.	tasbihi	rosary
n.	tatu	three
n.	tawi (pl. matawi)	branch
n.	taya (pl. mataya)	jaw
adv.	tayari	1. to be about to 2. already
adj.	tayari	ready
phrase	teke (pl. mateke)	kick
adj.	teketeke, zaifu	weak
adj.	tele	copious
n.	tembo	elephant
adv.	tena	1. again 2. also 3. too
n.	tende	date (fruit)
n.	tendo (pl. matendo)	action
n.	tendo bora, utimizo	achievement
n.	tendo la kukamatwa	apprehension
n.	tendo la kutia	application
n.	tetemeko	tremble (earthquake)
n.	tetemeko la nchi	earthquake
n.	tetewanga	chicken pox
n., med	tezi la nyuma ya pua	adenoids
adj.	thabiti madhubuti	safe and sound
n.	thamani	1. value 2. worth

parts of speech	swahili	english
adj. & n.	thelathini (makumi matatu)	thirty
n.	thelathini na moja	thirty-one
n.	themanini; makumi manane	eighty
n.	tiara	kite
n.	tini	fig
adj.	tisa; kenda	nine
n.	tisini	ninety
n.	tisini na mbili	ninety-two
n.	tisini na moja	ninety-one
n.	tofali	brick
n.	tofauti	1. difference 2. divergence 3. trait
n.	tohara	circumcision
prep.	toka	from, (time)
prep.	toka upande mmoja mpaka upande wa pili	across (valley)
interj.	Toka!	Off with you!
prep.	toka...hata	from...to (place)
n.	tokeo (pl. matokeo)	1. effect 2. outcome 3. appearance
adv.	tu	1. merely 2. only
n.	tufani, zoruba	storm
n.	tuklo (pl. matukio)	1. incident 2. accident
n.	tumaini	trust (I trust him.)
n.	tumbako	tobacco
n.	tumbo (pl. matumbo)	1. abdomen 2. stomach
n.	tumbo linanyonga	stomach cramp
phrase	Tumbo yangu inauma.	I've have a stomach ache.
n.	tunda (pl. matunda)	fruit
n.	tunda a kizungu	apple
n.	tunda la pua	nostril
n.	tundu (pl. matundu)	1. hole 2. cage
n.	turubali	tarpaulin
phrase	Tutaonana baadaye.	See you next time/soon.
phrase	Tutaonana kesho.	See you tomorrow.
phrase	Tutaonana...	See you...
n.	twiga	giraffe
n.	ua (pl. maua)	flower
n.	uadui	1. feud 2. hostility
n.	uaminifu	1. faithfulness 2. honesty
n.	uangalifu	consideration
n.	uasherati	adultery
n.	ubaba	blade (knife)

parts of speech	swahili	english
n.	ubainisho	definition
n.	ubao (pl. mbao)	board (plank)
n.	ubao wa kukalia	bench
n.	ubao wa skuli	blackboard
n.	ubatizo	baptism
n.	ubavu	rib, shore (side by side)
n.	ubaya	badness
n., med	uboho	bone marrow
n.	ubongo	brain
n.	uchafu	1. filth 2. pollution
phrase	uchawi	witchcraft
n.	uchi	nakedness
n	uchokozi	1. provocation 2. sarcasm
n.	uchovu	1. boredom 2. fatigue
n.	uchungu	1. bitterness 2. resentment
n.	udaktari, kazi ya surgeon	surgery
n.	udanganyifu	deceit
n.	udhia	nuisance
n.	udhuru	excuse
n.	udongo	1. clay 2. earth (ground) 3. soil
n.	udongo ulaya	cement
n.	udumu	perseverance
n.	ufa (pl. nyufa)	1. crack (fissure) 2. crevice
n.	ufagio (pl. fagio)	1. brush 2. broom
n.	ufahamu	1. understanding 2. comprehension
n.	ufalme	kingdom
phrase	ufananaji wa mtoto na wazazi wake	hereditary trait
n.	ufidhuli	insolence
n.	ufilisi	bankruptcy
n.	ufisadi	depravity
n.	ufufuko	resurrection
n.	ufukara	destitution
n.	ufundi	technique
n.	ufungu	relationship
n.	ufunguo (pl. funguo) {Nilipoteza funguo.)	key {I lost my keys.}
n.	ufunuo	manifestation
n.	ufunuo	revelation
n., med	ugagazi	nausea
n.	uganga	1. magic 2. practice of medicine 3. remedy

parts of speech	swahili	english
n.	ughaibu	absence
n.	ugo (pl. nyugo)	1. fence 2. hedge
n.	ugomvi	dispute
n.	ugonjwa (pl. maogonjwa)	1. illness 2. disease 3. sickness 4. malady
n.	ugonjwa fulani	tuberculosis
n.	ugonjwa mmojawapo wa tumbo	gastritis
n.	ugonjwa wa akili	hysteria
n., med	ugonjwa wa kifua	bronchitis
n., med	ugonjwa wa kuumia kikoromeo	laryngitis
n., med	ugonjwa wa matende	elephantiasis of legs
n., med	ugonjwa wa ngozi inayufunika ubongo	meningitis
n.	ugonjwa wa pumu	asthma
n., med	ugonjwa wa umio	tonsillitis
n.	ugumu	hardness, severity
n.	ugwe (pl. nyugwe)	string
n.	uharibifu	destruction
n.	uhodari	courage
n.	uhuru	1. liberty 2. freedom
n.	ujamaa	race (people)
n.	ujana	youth
n.	ujasiri	1. boldness 2. bravery
n.	ujazi, wingi	abundance
n.	ujazo, nafasi	capacity
interj.	Uje hapa!	Come here!
n.	uji mzito	porridge
n.	ujinga	1. folly 2. ignorance
n.	ujira	pay (noun)
n.	ujirani	1. neighborhood 2. vicinity
n.	ujuvi	presumption
n.	ujuzi maarifa, mtu umjuaye	acquaintance
n.	ukaguzi	examination
n.	ukaidi	disobedience
n.	ukali	severity
n.	ukamilifu	perfection
n.	ukarimu	generosity
n.	ukatili	cruelty
n., med	ukimwi	AIDS
n.	ukingo	1. brim 2. edge
n.	ukini (pl. kuni)	firewood
phrase	Uko nafanya nini?	What are you doing?
phrase	Uko nasema nini?	What are you saying?

186

parts of speech	swahili	english
n.	ukoma	leprosy
n.	ukombozi	1. ransom 2. redemption
n.	ukomo	cessation
phrase	Ukonayo...	Do you have...
n.	ukoo	clan
n.	ukope	1. eyelash 2. eyelid
n.	ukosefu wa chakula chema	malnutrition
n.	ukosefu wa mvua	drought
n.	ukubwa	1. greatness 2. magnitude 3. size
n.	ukucha (pl. kucha)	1. fingernail 2. toenail
n.	ukumbuko	souvenir
n.	ukumbusho wa kila mwaka	anniversary
n.	ukungu	mist
n.	ukungu wa ijioni	twilight
phrase	ukuni	stick of firewood
n.	ukurasa (pl. kurasa)	1. page 2. sheet of paper
n.	ukwato (pl. kwato)	hoof
n.	Ulaya	Europe
n.	ulimi (pl. ndimi)	tongue
n.	ulimwengu	world
n.	ulinzi	defense
n.	uma (pl. nyuma)	fork
n.	umande	1. dew 2. fog
n.	umasikini	poverty
n.	umbali	distance
n.	umbo	shape, form
phrase	Umekuwa hivyo kwa muda gani?	How long have you been ill?
n.	umeme	1. electricity 2. lightning
phrase	Umeyok wapi?	Where are you coming from?
n., med	umio wa pumzi	trachea
n	umizo la moto	burn
n.	umoja	unity
n.	umri, maisha, miaka (Una miaka mingapi?)	age (How old are you?)
phrase	Una watoto?	Do you have children?
phrase	Unafanya kazi gani?	What is your profession?
n.	unafiki	hypocrisy
phrase	Unajua.	You know.
phrase	Unakaa hapa?	Do you live here?
phrase	Unakwenda wapi?	Where are you going?
phrase	Unasikia furaha?	Are you happy?

187

parts of speech	swahili	english
phrase	Unasikia njaa?	Are you hungry?
phrase	Unatafuta nini?	What are you looking for?
n.	unene	stoutness
n.	unga	1. flour 2. powder
n.	unga wa mbao	sawdust
n.	unyasi (pl. nyasi)	reeds
n.	unyenyekevu	humility
n.	unyenyezi	haze
n.	unywele (pl. nywele) {Nataka kutaka nywele.}	hair (of human) {I want a haircut.}
n.	uongo	fabrication
n.	upaa	baldness
n.	upana	width
n.	upande (karibu na)	side (next to)
n.	upande (pl. pande)	1. region 2. direction
n.	upande wa chini	bottom
n.	upande wa juu wa chumba	ceiling
n.	upande wa kushuto	left
n.	upande wa ndani	interior
n.	upanga (pl. panga)	sword
n	upele	1. itch 2. rash
n.	upele wa mbwa	mange
n.	upendeleo	preference
n.	upeo wa macho	horizon
n.	upepo (pl. pepo)	wind
adj.	upesi	fast
n.	upesi	speed
n.	upigano (pl. maupigano)	strife
n.	upinde (pl. pinde)	bow (as in arrow)
n.	upindi wa mvua	rainbow
n.	upofu	blindness
n.	upujufu	obscenity
n.	upumbavu	stupidity
n.	upungufu wa damu	anemia
n.	upunguo	decrease
n.	upuzi	nonsense
n.	upweke	loneliness
n.	urafiki	friendship
n.	urefu	1. depth 2. length (dimension, time) 3. top (on the top)
n.	urithi	patrimony

parts of speech	swahili	english
n.	uriti	inheritance
n.	usafi	1. cleanliness 2. innocence 3. purity
n., med	usaha	pus
n.	usamehe	pardon, forgiveness
n.	usawa	right (correct)
n.	usemi	speech
n.	usermala	carpentry
n.	ushahidi	proof
n.	ushirika	1. fellowship 2. participation
n.	ushuhuda	allegation
n.	usiku	night
adv.	usiku huu	tonight
n.	usiku kucha	night, all
phrase	Usiku muzuli.	Have a good night.
adv.	usiku wa leo	night, last
n.	usingizi	sleep
n.	usingizi mfupi	nap
n.	usitawi	prosperity
n.	uso (pl. nyuso)	face
n.	ustahimilivu	endurance
n.	utabibu wa kupasua	operation (surgery)
n.	utaji	veil
n.	utambi	wick
n.	utando wa buibui	cobweb
n.	utaratibu	system
n.	utawala	reign
n.	utawala wa raia	democracy
n.	utepe	braid
n.	uthabiti	stubbornness
n.	uti wa mgongo	spine
n.	utongozi	debauchery
n.	utoto	1. childhood 2. infancy
n.	utumwa	1. captivity 2. slavery
n.	uuaji	murder
n.	uume	penis
n., med	uvimbe wa mboni	conjunctivitis
n.	uvimbi wa ini	hepatitis
n.	uvivu	1. idleness 2. laziness
adj.	uvuguvugu	lukewarm
n.	uvumbuzi	exploration
n.	uvumi	rumor

parts of speech	swahili	english
n.	uwezo	power (strength)
n.	uwezo wa kukumbuka	memory
n.	uwongo	1. dishonesty 2. lie 3. falsehood
n.	uzaifu	weakness
n.	uzazi	birth
n.	uzee	age, old
n.	uzembe	negligence
n.	uzi (pl. nyuzi)	thread
n.	uzingo	halo
n.	uzito	1. gravity 2. weight
n.	uzuri	beauty
n.	vazi la kike	robe, dress
adv.	vema	1. properly 2. well
phrase	Vema.	All right.
adv.	vibaya	badly
adv.	vile vile	ditto
adv., conj.	vile, vivyo, basi	so
phrase	Vipi?	What's up? (familiar person)
n.	vita	war
n.	vituo	punctuation
adj., adv.	vizuri	well, very
n.	vyakula	groceries
phrase	vyo vyote	anyhow
adj & pr	vyote viwili	both
n.	Wafaransa (people, Kifaransa (language)	French
n.	Waingereza	English (people)
n.	wajibu	1. duty 2. obligation
phrase	Wakaligani.	That's right.
n.	wakati	time
conj.	Wakati gani?	When?
n.	wakati ujao	future
prep.	wakati wa	during
n., med	wakati wa mwanamke kuingia ugumba	menopause
phrase	wakati wo wote	any time
phrase	wala	not the same
conj.	wala...wala	neither...nor
adv.	walakini	1. however 2. nevertheless
adj & pr	wale (pl. person); zile (pl. thing)	those
pronoun	wao	they (and they)

parts of speech	swahili	english
pronoun	wao, hao, wale	them
conj.	wapi	where
phrase	Wapi ni...?	Where is...?
interj.	Wapi!	For pity's sake!
n.	wavu (pl. nyavu)	net
n.	wazao	progeny
adj.	wazi	1. clear 2. evident 3. open
adv.	waziwazi	openly
adj.	waziwazi	public
n.	wazo	1. idea 2. thought
phrase	wazungu	white people
n.	wema	goodness
n.	wembamba	tenderness
n.	wembe (pl. nyembe)	razor
adj.	werevu	trickery
phrase	weupe	whiteness, dazzling
n.	weusi	black {color}
pronoun	wewe	you (singular)
phrase	wiki hii	this week
adv.	wima	upright
n.	wimbi (pl. mawimbe)	wave (of water)
n.	wimbo (pl. nyimbo)	1. hymn 2. song
n.	wingi	1. plenty 2. majority
n.	wingi kupita kiasi	excess, surplus
n.	wingu (mawingu)	cloud
n.	wino	ink
n.	wivu	1. envy 2. jealousy
n.	wizi	theft
n.	woga	fear
n.	woga mkuu	panic
n.	wokovu	salvation
n.	yai (pl. mayai)	egg
n.	yatima	orphan
pronoun	ye yote	anybody (somebody)
n.	Yesu	Jesus
pronoun	yeye	1. he 2. him 3. she
pronoun	yeye mwenyewe	herself
adj & pr	yeye, -ake	her
adj.,pro.	yule (sing. person); ile (sing. thing)	that
n.	zabibu (pl.)	grape
n.	zabihu	sacrifice

parts of speech	swahili	english
n.	zaburi	psalm
adj.	zaidi	extra
adv.	zaidi	1. more 2. mostly 3. furthermore
adv.	zaidi ya hayo	moreover
n.	zaka	tithe
adv.	zamani	formerly
adv.	zamani sana	long ago
n.	zambi	sin
n.	zana	suspicion
n.	zawabu	reward
n.	zawadi	1. gift 2. present 3. tip (gratuity)
n.	ziada	bonus
n.	ziwa (pl. maziwa)	lake
n.	zoruba	1. hurricane 2. storm on lake
n.	zuio (pl. mazuio)	obstruction
n.	zulia (pl. mazulia)	rug

Swahili pronunciation guide

A is pronounced as in father.

B is pronounced as it is in English.

C: ch is is pronounced as it is in English.

D: dh is pronounced as "th" as in that.

E is pronounced as "a" in lay.

F is pronounced as in fat.

G is pronounced as in got.

H is pronounced as it is in English.

I is pronounced as a long e as in bee.

J is pronounced like a soft g as in gentle.

K is pronounced as a k as in kite.

L is frequently interchanged for R.

M is pronounced as it is in English.

N, ng is pronounced as in bringing.

O is pronounced as in no.

P is pronounced as it is in English.

R is pronounced in a roll (as in French).

S is pronounced as in miss. Sometimes people add an "h" sound between the s and the following consonant. S is never pronounced as z.

T: th is pronounced as in thick.

U is pronounced as oo as in pool.

V is pronounced as it is in English.

W is pronounced as it is in English.

Y: yu is pronounced as in you.

Z: the z sound is often heard when a word starts with dh.

Swahili concordial prefixes

Listed below are the prefixes applied when adjectives are used with each of the eight classes of nouns.

Class	Singular	Plural	Example, singular	Example, plural	English meaning
1	m-, mw-	wa-, w-	mtoto mzuri	watoto wazuri	good child, good children
2	m-, mw-	mi-, m-	mlango mkubwa	milango mikubwa	big door, big doors
3	n-	n-	mbegu ndogo	mbegu ndogo	little seed, little seeds
4	ki-, ch-	vi-, vy-	kipepeo cheusi	vipepeo vyeusi	black butterfly, black butterflies
5	ji-, j-	ma-, m-	jengo jipya	majengo mapya	new building, new buildings
6	m-, mw-	n-, -	ukucha mufupi	kucha fupi	short fingernail, short fingernails
7	pa-	pa-	pahali pazuri	pahali pazuri	good place, good places
8	ku-	ku-	kusemezana kufupi	kusemezana kufupi	short conversation, short conversations.

Swahili Verb Conjugation Guide

In Swahili the infinitive of the verb starts with ku or kw, as in "kupiga or kwenda". Some dictionaries list all verbs with the stem only. For instance, kupiga would be listed as -piga. Listed below are commonly used verbs conjugated in the present, past, and future tense.

	English	1st person singular (infinitive)	2nd person singular	3rd person singular	1st person plural	2nd person plural	3rd person plural
present	to be	**ni** (kuwa)	**ni**	**ni**	**ni**	**ni**	**ni**
past		nilikuwa	ulikuwa	alikuwa	tulikuwa	mlikuwa	walikuwa
future		nitakuwa	utakuwa	atakuwa	tutakuwa	mtakuwa	watakuwa
present	to beat	**ninapiga (kupiga)**	**unapiga**	**anapiga**	**tunapiga**	**mnapiga**	**wanapiga**
past		nilipiga	ulipiga	alipiga	tulipiga	mlipiga	walipiga
future		nitapiga	utapiga	atapiga	tutapiga	mtapiga	watapiga
present	to believe	**ninaamini (kuamini)**	**unaamini**	**anaamini**	**tunaamini**	**mnaamini**	**wanaamini**
past		niliamini	uliamini	aliamini	tuliamini	mliamini	waliamini
future		nitaamini	utaamini	ataamini	tutaamini	mtaamini	wataamini
present	can	**ninaweza (kuweza)**	**unaweza**	**anaweza**	**tunaweza**	**mnaweza**	**wanaweza**
past		niliweza	uliweza	aliweza	tuliweza	mliweza	waliweza
future		nitaweza	utaweza	ataweza	tutaweza	mtaweza	wataweza
present	to come	**ninakuja (kuja)**	**unakuja**	**anakuja**	**tunakuja**	**mnakuja**	**wanakuja**
past		nilikuja	ulikuja	alikuja	tulikuja	mlikuja	walikuja
future		nitakuja	utakuja	atakuja	tutakuja	mtakuja	watakuja

	Eng-lish	1st person singular (infinitive)	2nd person singular	3rd person singular	1st person plural	2nd person plural	3rd person plural
present	to die	ninakufa (kufa)	unakufa	anakufa	tunakufa	mnakufa	wanakufa
past		nilikufa	ulikufa	alikufa	tulikufa	mlikufa	walikufa
future		nitakufa	utakufa	atakufa	tutakufa	mtakufa	watakufa
present	to drink	ninakunywa (kunywa)	una-kunywa	anakunywa	tuna-kunywa	mna-kunywa	wana-kunywa
past		nilikunywa	ulikunywa	alikunywa	tulikunywa	mlikunywa	walikunywa
future		nitakunywa	utakunywa	atakunywa	tutakunywa	mtakunywa	watakunywa
present	to eat	ninakula (kula)	unakula	anakula	tunakula	mnakula	wanakula
past		nilikula	ulikula	alikula	tulikula	mlikula	walikula
future		nitakula	utakula	atakula	tutakula	mtakula	watakula
present	to go	ninakwenda (kwenda)	unakwenda	anakwenda	tuna-kwenda	mna-kwenda	wana-kwenda
past		nilikwenda	ulikwenda	alikwenda	tulikwenda	mlikwenda	walikwenda
future		nitakwenda	utakwenda	atakwenda	tutakwenda	mtakwenda	watakwenda
present	to have	nina (kuwa na)	una	ana	tuna	mna	wana
past		nilikuwa na	ulikuwa na	alikuwa na	tulikuwa na	mlikuwa na	walikuwa na
future		nitakuwa na	utakuwa na	atakuwa na	tutakuwa na	mtakuwa na	watakuwa na
present	to know	ninajua (kujua)	unajua	anajua	tunajua	mnajua	wanajua
past		nilijua	ulijua	alijua	tulijua	mlijua	walijua
future		nitajua	utajua	atajua	tutajua	mtajua	watajua
present	to live	ninaisha (kuisha)	unaisha	anaisha	tunaisha	mnaisha	wanaisha
past		niliisha	uliisha	aliisha	tuliisha	mliisha	waliisha
future		nitaisha	utaisha	ataisha	tutaisha	mtaisha	wataisha
present	to open	ninafungua (kufungua)	unafungua	anafungua	tunafungua	mna-fungua	wana-fungua
past		nilifungua	ulifungua	alifungua	tulifungua	mlifungua	walifungua
future		nitafungua	utafungua	atafungua	tutafungua	mtafungua	watafungua
present	to pray	ninasali (kusali)	unasali	anasali	tunasali	mnasali	wanasali
past		nilisali	ulisali	alisali	tulisali	mlisali	walisali
future		nitasali	utasali	atasali	tutasali	mtasali	watasali
present	to put	ninatia (kutia)	unatia	anatia	tunatia	mnatia	wanatia
past		nilitia	ulitia	alitia	tulitia	mlitia	walitia

	English	1st person singular (infinitive)	2nd person singular	3rd person singular	1st person plural	2nd person plural	3rd person plural
future		nitatia	utatia	atatia	tutatia	mtatia	watatia
present	to read	**ninasoma (kusoma)**	**unasoma**	**anasoma**	**tunasoma**	**mnasoma**	**wanasoma**
past		nilisoma	ulisoma	alisoma	tulisoma	mlisoma	walisoma
future		nitasoma	utasoma	atasoma	tutasoma	mtasoma	watasoma
present	to say	**ninasema (kusema)**	**unasema**	**anasema**	**tunasema**	**mnasema**	**wanasema**
past		nilisema	ulisema	alisema	tulisema	mlisema	walisema
future		nitasema	utasema	atasema	tutasema	mtasema	watasema
present	to see	**ninaona (kuona)**	**unaona**	**anaona**	**tunaona**	**mnaona**	**wanaona**
past		niliona	uliona	aliona	tuliona	mliona	waliona
future		nitaona	utaona	ataona	tutaona	mtaona	wataona
present	to send	**ninapeleka (kupeleka)**	**unapeleka**	**anapeleka**	**tunapeleka**	**mnapeleka**	**wana-peleka**
past		nilipeleka	ulipeleka	alipeleka	tulipeleka	mlipeleka	walapeleka
future		nitapeleka	utapeleka	atapeleka	tutapeleka	mtapeleka	watapeleka
present	to sit down	**ninakalisha (kukalisha)**	**unakalisha**	**anakalisha**	**tunakal-isha**	**mna-kalisha**	**wana-kalisha**
past		nilikalisha	ulikalisha	alikalisha	tulikalisha	mlikalisha	walikalisha
future		nitakalisha	utakalisha	atakalisha	tutakalisha	mtakalisha	watakalisha
present	to sleep	**ninalala (kulala)**	**unalala**	**analala**	**tunalala**	**mnalala**	**wanalala**
past		nililala	ulilala	alilala	tulilala	mlilala	walilala
future		nitalala	utalala	atalala	tutalala	mtalala	watalala
present	to take	**ninatwaa (kutwaa)**	**unatwaa**	**anatwaa**	**tunatwaa**	**mnatwaa**	**wanatwaa**
past		nilitwaa	ulitwaa	alitwaa	tulitwaa	mlitwaa	walitwaa
future		nitatwaa	utatwaa	atatwaa	tutatwaa	mtatwaa	watatwaa
present	to write	**ninaandika (kuandika)**	**unaandika**	**anaandika**	**tunaandika**	**mna-andika**	**wana-andika**
past		niliandika	uliandika	aliandika	tuliandika	mliandika	waliandika
future		nitaandika	utaandika	ataandika	tutaandika	mtaandika	wataandika

Swahili Proverbs

Swahili	English literal
Mtoto akililia	If a child asks for a razor-blade give it to him.
Mtoto wa nyoka ni nyoka.	The child of a snake is a snake.
Tabia ni ngozi.	Habit is like skin.
Hodi hodi naikome mwaka ujao naolewa.	Knock, knock should stop as I am getting married next year. (Used if a woman is engaged and wants no more suitors.)
Ulimi mauma kuliko meno.	The tongue hurts more than teeth.
Tonga si tuwi.	The juice of an immature coconut is not like that of a ripe coconut.
Penye wazee haliharibiki neno.	Where there are old people nothing goes wrong.
Painamapo ndipo painukapo.	Where it slopes down is where it slopes up.
Ngugu mwui afadhali kuwa naye.	A bad brother is better than no brother.
Mwekaji kisasi haambiwi mwerevu.	He who nurses vengeance is not wise.
Msitukane wakunga na uzazi ungalipo.	Do not abuse midwives while child-bearing continues.
Mbio za sakabuni huishia ukingoni.	Running on the roof finishes on the edge.
Kulea mimba si kazi kazi kulea mwana.	It is not hard to nurse a pregnancy but it is hard to bring up a child.
La kunvunda halina ubani.	There is no incense for something rotten.